KWENTAXI

Acknowledgment

I could not be the published writer that I am today if not for you, James Ong. After laughing at what I have been posting on my Facebook wall last year, you took action. You asked if I could keep writing on a weekly basis to post in Coconuts Manila. Na-happy ako dun. Kaya sa iyo James at sa mga taga Coconuts Manila, tagos sa pusong thank you, salamat, labyu!

About the author and the Juana Change Advocacy

Artists in the Philippines have a long history of inspiring sectors into action. One of the initiatives of a small group of artists is the Juana Change Advocacy. Juana Change Advocacy campaigns for freedom, justice, and good governance using the sharpest political satire hoping to evoke a social sentiment for change. …

Juana Change, a Filipino generic character, may represent an agent for social change OR the exact opposite. Juana refers to two opposed political stances on change. One refers to "Wanna Change," an expressed need for genuine political and social reforms. The other refers to "Wa na Change" (meaning Change is hopeless).

Who is Mae Paner?

Mae Paner is the central character of the Juana Change Advocacy performances and events. A political activist, cultural worker, actress, and director, Mae Paner IS Juana Change to thousands of viewers of the advocacy campaigns. Mae Paner finds her roots in theater and video arts, having performed on stage and film, directed many of the videos and films of the Juana Change Movement. Considered as a political gadfly who inspires and challenges people to raise the bar for good governance, to fight corruption and bureaucracy, and to develop a more genuine vision of democracy and justice, Mae Paner has made a mark in Philippine political and social criticism that is sorely urgent in the country.

KWENTAXI
🚗 by 🚗
JUANA C

Mommy Mos
O kay sarap ng
may hahatong-dila

Mae Paner
aka
Juana Change

ANVIL
Publishing Inc.

Kwentaxi by Juana C

Project supervision, interior + cover design: Ramón C. Sunico
Taxi artwork is based on a free vector icon made by Freepik http://www.flaticon.com/authors/freepik and is licensed by ©Creative Commons BY 3.0 http://creativecommons.org/licenses/by/3.0/

Editorial assistant: Jeline Malasig
Cover photo: Ramón C. Sunico
Juana Change logo: Carlo Tarlit and Chariline Meridores

Published and exclusively distributed. by
ANVIL PUBLISHING, INC.
7th Floor Quad Alpha Centrum
125 Pioneer Street, Mandaluyong City 1550 Philippines
Telephones: (632) 477-4752, 477-4755 to 57
Fax: (632) 747-1622
www.anvilpublishing.com
ISBN 978-971-27-3146-4

10   9   8   7   6   5   4   3   2   1
Printed in the Philippines

Dedication

Sa inyong mga minamahal kong pamangkin:
MJ, Paolo, Riane, Morie, and Sam,
ang sinulat kong ito ay handog ko sa inyong lima.

Sumakay si Tita Mae sa iba't ibang klaseng taxi at ito ang mga kwentong shinare sa akin ng bawat driver. May lalaking driver at may mga babae din. Yung isang babae, lesbian na maliit ang boses at cute. May happy, may sad, may very happy, very sad, very angry, at inspiring na mga story.

Pag big enough na kayo at puwede nyo nang basahin itong libro, sana makita nyo ang wisdom sa bawat munting story. Ang mga aral dito ay malamang na wala sa books na inaaral nyo.

So mga anak, respect the drivers na kumakapit sa manibela. Dahil ang pagkapit nila ay ang pagkapit din nila sa mga pagsubok ng buhay.

Soon, you will hold your own manibelas! Your own lives. Wish ko lang na kayo ay maging mga makatao sa pagbagtas nyo sa salasalabit, masalimuot, minsan malupit, at complicated na life.

I love you all so much, so much, so much—kandado susi tapon dagat!

Contents

Introduction

Ang big naman ng change. Nung mawala si Roger sa buhay ko pagkatapos ng walong taon naming pagsasama ay natakot ako. Dizizit na ba talaga? Wala ba talagang forever? Bakit umending? Scary, pramis! I am not used to a life na wala siya. Goodbye sa aking comfort zone. He is not only my numero uno fan, he is my critic, too. Why, Lord? Why naman are you taking Roger away from me?

Kahit ang hilik ko (at malakas yun) ay music sa tenga nya. He has tested my character on so many occasions without him even knowing it.

Panatag ang loob ko kay Roger. Saan man ako makarating basta kasama ko siya, gora!

Artist din si Roger. He makes the best bags, belts, banig, placemats, etc. out of water lily. Sa aking nude exhibit sa UP, isa siya sa pinaka prominente. Up to now, ang art nya ay permanent fixture sa aking bahay.

All of my friends who couldn't rely on me to answer their calls right away would turn to Roger. Many tried to steal my Roger but his loyalty to me was solid as a rock. Nung time na yun at least.

Sa true lang, pag namatay ako at may gustong magtanong tungkol sa malalagkit na eksena ng buhay ko, isa siya sa pwedeng interbyuhin dahil ni hindi ako marunong bumulong pag kasama ko siya. Whaaa!

Tinanong ko siya minsan, "Roger, ano ang nagustuhan mo sa akin?" Nahipuan ako sa sagot nya. Ang paninindigan at pagtaya ko daw sa katotohanan nang walang hinihinging kapalit ang pinakagusto nya. Napa-"Naks!" ako dun.

'Yan si Roger. Honest na, generous pa. Whaaaa! Siyempre naniwala ako. My advocacies became his advocacies, too. Ganun kami ka-tight.

Roger was my driver. He's the best! Almost lang siguro? Ok, fine! How can I proceed with life without Roger? Hindi ko kaya! Huhuhu!

And some of the best conversations about my life, family, love life, and my politics were with him. Kasahog ever lagi si Roger.

A friend once told me, "You know what I am thinking of right now, Mae? Bagay kayo ni Roger. Sana kayo na lang."

Ang lakas ng tawa ko. At marami rin akong kaibigan na type si Roger. Pag sinasabi ko ito sa kanya, ngingiti lang siya o magbibigay ng maliit at hiyang-hiyang tawa.

At dahil bilog ang mundo, dumarating ang mga pagsubok. Walang forever: sa happy man o sa sad. When I lost my job and my income became smaller and smaller, siyempre naramdaman yun ni Roger. Ginamit nya ang pagpapa-opera ng kanyang cataract at pagpapa-alis ng bakal sa kanyang kamay para makapagpaalam nang hindi ako hinihiya sa katotohanang hindi ko na siya afford bilang personal driver ko.

Sa big change na ito ay natuto akong mag-taxi. Ako, na dating inaalalayan (lalo na nung super taba ko at 275 lbs.), ipinagbubukas ng pinto, at pinapayungan, ngayon ay natutong pumara, lumakad sa init (minsan sa ulan pa) para makarating sa paroroonan nang walang sariling car at alalay. Pak!

Ang arte ko ba? Oo, ang arte ko. Ang taba ko kaya.

Pero may naging magandang twist ang poverty. Haha! Poverty agad? Hindi ko akalaing ang pagbabago sa aking kita ang magiging daan para sa mas marami pang mga Roger sa buhay ko. Ang dating nag-iisa kong driver, ngayon ay napalitan ng pagkarami-rami na may kargang iba't-ibang makukulay at mahahalimuyak na istorya.

Hindi pala dapat natakot sa big change.

Malay ko ba. Gumulong at nagbukas ang aking buhay para makapasok ang maraming iba pang tao, experience, at oportunidad para iluwal ang ngayon ay bago, kakaiba, at exciting na chapter ng aking journey, figuratively and literally: ang *Kwentaxi* by Juana C. Kaboom!

Ni sa panaginip ay di ko inakalang ako ay magiging manunulat ng kwentong buhay ng isang sektor sa ating lipunan: ang mga driver.

Kung hindi nagpaalam si Roger, kahit mabenta ko pa lahat ng meron ako (as if naman marami yun), hindi ko siguro siya igi-give up ever.

Kaya salamat Roger sa iyong paglisan! Alay ko sa iyo at sa lahat ng driver na naka-ututang-dila ko ang mga kwentong taxi na ito. Pinagyaman ako ng mga kwento ng inyong buhay. Muli, salamat ever for this big change!

Kapit na, dahil sa pagbasa nyo ng mga kwento ay aandar tayo. Ready?

—*M. P. aka J. C.*
Makati

Mama Mary

September 30, 2014 / 14:01 PHT

In this new series, social activist Juana Change rides a taxi and talks to drivers about life and living in Metro Manila. This week, she asks the question no one dares to ask: What is the sex life of drivers—and what do they do when a male passenger makes a pass at them?

Taxi Driver: Hindi ako bakla, Ms. Juana.

Juana Change: Pero mukha po kayong habulin ng bakla.

TD: Siguro pogi ako. Hahaha!

JC: Mismo! In fairness, Kuya, may arrive ka.

TD: Siyempre po pag nag taxi po kayo dapat may arrive.

JC: Hahaha!

TD: Mahina na ang kita, seryoso pa?

JC: Pwede bang magtanong ng serious?

TD: Pasisikatin mo ba ako? Basta ikaw, go?

JC: Madalas po ba kayong makapagsakay ng bakla na nagkakagusto sa inyo?

TD: Ay naku, oo! Sa tabi ko pa umuupo.

JC: Hahaha!

TD: Yung isa akala ko babae eh! Ang haba ng buhok, may dibdib atsaka naka damit babae.

JC: Sino kamukha?

TD: Si Mama Mary! T_____na, nung sinabing, "Makati papa," parang galing sa hukay ang boses sa baba. Tsaka ang laki ng kamao. Parang boksingero. Hahaha!

JC: Mukha ni Mama Mary, na may pambansang kamao.

TD: Mama Mary Pacquiao! Hahaha! At may Adam's apple.

JC: Si Mama Mary na may Adam's apple? Whaaa!

TD: Alas tres ng umaga sumakay sa taxi ko. Pagdating sa bahay nya, tinanong ako kung gusto kong magpahinga sandali.

JC: Kuya, stop the car. Bahay ko na ito. Gusto mo magpahinga? Joke!

TD: Hahaha! Inenjoy ko lang. Ayokong mapahiya. Pinasaya ko. Tirik ang mata nya.

JC: Pinatirik mo ang mata ni Mama Mary! Ano naman ang say ni Jesus dyan? Hahaha!

TD: Hindi ko kayang tanggihan ang PhP800 Ms. Juana.

JC: At napasaya mo si Mama Mary! Congratulations!

This is not a work of fiction. This conversation took place on Sep 29, 2014.

Source link: http://manila.coconuts.co/2014/09/30/kwentaxi-juana-c-mama-mary

BearBranin Mo

October 8, 2014 / 11:17 PHT

This week's ride starts with a driver demanding a PhP20 tip—huwat?—and evolves into a discussion about the unextolled benefits of a powdered milk brand.

Taxi Driver: Ma'am pakidagdagan na lang po ng PhP20 pesos ang metro ha?

Juana C: Sa ano hong kadahilanan?

TD: Trapik po kasi.

JC: Hindi pa po tayo umaandar, Mamà. Trapik agad?

TD: PhP20 lang naman ho. Lagi na hong trapik, wala nang pinipiling araw at lugar.

JC: Eh kung gusto ko hong gawing PhP50? Masama po yung inuubliga nyo pasaherong mag tip. Ikinukusa ho yun.

TD: Konting pang-unawa lang po. Ang boundary ko po eh PhP1,500. Kadalasan PhP700 lang kinikita ko. Pero dahil sa trapik pag minamalas PhP300 hanggang PhP500 lang sa 24 oras. Lalo na pag pinasok mo ang Edsa tsaka C5. Patay!

JC: Alam ko naman hong mahirap maging taxi driver pero…

13

TD: Hindi ako talaga taxi driver nuon. Dati akong driver ng "armor car." Na-ambush kami. Mga kasama ko patay! Nung nagholdapan sa Novaliches Mall tsaka Ever Gotesco kasama din ako dun. Swerte lang nagpa-gas pa muna ako nun kaya nahuli ako. Kundi tepok na. Sa Enriquez ako. Ang mga holdaper nuon yung mga Baleleng. Nababalitaan nyo ba yung Baleleng nung-araw? Sinunog yung "armor car" namin. Di ko alam na yung pera palang dala namin eh pera ng sindikato na padadala sa China. Panahon pa ni Ping Lacson yun. Mga 1990. Sa Taguig nadale din ako. Dala naman namin tatlong milyun. Pangsahod ng Triumph, yung gumagawa ng mga bra. Holdap din. Buwis-buhay kaya tumigil ako. Sinubukan kong mag taxi.

JC: Malaki ho pamilya nyo?

TD: Lima anak ko. Kaya minsan nga pag kumita na ako ng PhP200 idinadaan ko muna kay misis para may makain at pambaon ang mga anak namin. Kundi hindi makakakain at makakapasok sa eskwela.

JC: Aray ko!

TD: Pag walang pasahero isang beses lang ang totoo kong kain sa 24 oras. Paborito ko yung pares! May kanin at ulam PhP35 lang. Pangalso ko tinapay. Kaya pag umabot lang ako ng PhP1,000 sino-short ko na.

JC: Anong sino-short?

TD: Di ko ini-intrega ng buo ang boundary ko. Iso-short ko ng PhP200 kasi kinabukasan wala akong byahe. Pagkakasyahin yun ni misis ng dalawang araw.

JC: PhP100 sa isang araw yun, Kuya, at lima ang anak nyo. Huwow! Anong mga edad nila?

TD: Tiis lang. Panganay ko kinse anyos. Yung bunso beybi pa. Isang taon. Naggagatas pa yun.

JC: Anong gatas ni beybi?

TD: Nung una sumubok ako ng Bonakid kaso mahal. Kaya ginawa kong Bear Brand. Mas gumanda pa nga nung Bear Brand eh. Kahit naman yung mga una kong anak hindi sakitin kasi sa Bear Brand sila lumaki. Di katulad nung ibang bata nao-ospital. Mga anak ko hindi. Minsan nga nagliliguan pa kahit gabi. Ang titibay!

JC: Ganun?

TD: Yung anak ko nga nung una kong pinainom ng Bear Brand, pagdumi may kasama pang malilit na uod eh. Dati laging matigas ang tiyan nun. Nung mag-Bear Brand lumambot. Kumpleto kasi ang ingredients eh. May pampurga pa.

JC: Ang Bear Brand ay pampurga?

TD: Yung utol ko nga maselan yung asawa eh. Inalagaan kasi nila yung isa kong anak. Laging masakit yung tyan ng bata. Gusto ni utol i-Bonakid. Wag daw iba. Sabi ko, "Bear Branin mo!" Ayun, nung dumumi, lumabas yung mga uod. Lumambot ang tiyan. Mula nun nag Bear Brand na sila. Tsaka matibay talaga katawan ng bata kapag Bear Brand. Nag-driver din ako sa Nestlé dati kaya alam ko yan. Nung bino-Bonakid ko pa anak ko laging matigas ang tiyan.

JC: Talaga?

TD: Yung mga iba kasi, tulad ng mga mayayaman, ayaw nila yan. Gusto nila mga Bonakid. Mayayaman eh, gusto nila siyempre yung mamahalin, yung mga tag PhP200-PhP300.

JC: Magkano ba Bear Brand?

TD: Eh ang Bear Brand PhP50 lang isang kahon na maliit. Mas mura!

JC: Hahaha! Bagay kang kunin ng Bear Brand na mag-endorso ng produkto nila. Si Ate Vi siguro hindi sing-kilala ang Bear Brand tulad ng pagkakakilala mo. Ilang araw inaabot ang isang kahon?

TD: Mga apat hanggang limang araw na yun. Basta walang makikilalam.

JC: Sino nangingialam?

TD: Minsan kasi yung isang anak ko pag nagtitimpla ng gatas sumisimple din eh. Kaya umaabot lang ng dalawang araw. Yung panganay ko naman gusto hinahalo sa kanin.

JC: Yung powder hinahalo sa kanin?

TD: Basta mainit yung kanin, lalagyan nila yan ng Bear Brand yun at saka asukal. Sarap! Pag gutom nga kahit malamig yung kanin talu-talo na eh. Gustong-gusto nila.

JC: Ayos! Gatas na, ulam pa!

TD: Eto na ho tayo sa CFA

JC: Mang Maximo Corpus salamat po! *(sabay abot ng bayad)*

TD: Uy! Haha! Salamat po nang marami Ma'am.

JC: Pambili ho ng Bear Brand.

This is not a work of fiction, this conversation really took place. The opinions expressed are the taxi driver's alone and is not meant to endorse Bear Brand as a milk for babies.

Source link: http://manila.coconuts.co/2014/10/08/kwentaxi-juana-c-bearbranin-mo

Rockstar

October 14, 2014 / 21:28 PHT

This week, a Vilma Santos-quoting man behind the wheel whose love challenges boundaries.

Juana C: Sa UP po, Mamà.

Taxi Driver: Pakituro na lang po. Di pa ako nakapaghatid dun eh. Isang taon pa lang ako sa taxi.

JC: Ano ka dati, Kuya? May arrive ka ha. In fairness to you.

TD: Salamat teh. Merchandiser ako dati.

JC: Anyare?

TD: Pinaalis ako ng amo ko.

JC: Shinota mo ang amo mo at nahuli kayo ng asawa nya noh?

TD: Ha-ha! Hindi ah! Yung receptionist tsaka yung accountant.

JC: Huh? Dalawa? Sabay?

TD: Oo!

JC: Alam nila na sabay sila?

TD: Dahil sa chismis.

JC: Pareho mo silang mahal?

17

TD: Oo naman! Isang 19 at tsaka isang 36. Ako 34.

JC: Si misis alam?

TD: Todo tanggi siyempre.

JC: Ano ba ang pananaw mo sa pag-ibig, Kuya? Share naman.

TD: Da mor da many-yer! Ang puso kasi kayang magmahal ng higit sa isa eh. Lalo na ata kaming mga lalaki. Kaso maraming mapanghusga.

JC: Haha! Judgmental? Kuya, parang tama ka naman na kaya ng pusong magmahal ng higit sa isa. Dapat ba alam ng lahat ng kasangkot?

TD: Kung di naman masasaktan misis ko sasabihin ko lahat eh.

JC: O, baka ikaw ang takot na masaktan ni misis? Hehe!

TD: Yung bespren ni misis naging gelpren ko rin.

JC: Hala! Ikaw na, Kuya! Tapos….

TD: Nung nabuking, pinagbati ko naman sila.

JC: Success?

TD: Nagbati naman. Mag-bespren sila eh. Sayang naman pinagsamahan nila kung masira dahil lang sa akin. Mismo si Vilma Santos nagsabi di ba? Anong pelikula nga ba yun?

JC: *Bata Bata, Pa'no ka Ginawa?*

TD: Di ko maalala tiltle pero natandaan ko yung sabi nya, "Ang pag-ibig hindi dini-divide, dapat minu-multiply!"

JC: Wahahaha!

TD: Sa hirap ng buhay dapat lang naman na kaya nating pasayahin ang sarili natin. Hindi naman tayo napaligaya o napa-asenso ni PNoy di ba? Alam mo yan. Kaya ako, ang kaligayahan ko, sagot ko!

JC: So happy ka ngayon?

TD: Dapat ang tao laging happy! Si Enrile nga siguro happy din sa kulungan eh. Simpleng buhay. Hahaha! Gusto nya happy tayo. Kaya ako, beri happy!

JC: Pak na pak! May tama ka, Kuya! Napa-happy mo rin ako sa umagang ito. Salamat powz! Sana malaki kitain mo sa araw-araw para lalong mas happy lahat.

TD: Naiintindihan naman ng operator ko ang buhay taxi drayber eh. Mabait siya.

JC: Hmmmm… Mabait siya? Kuya, tama ba ang hinala ko?

TD: Kailangan pa bang i-memorize yan?

JC: Wahahaha! Happiness! Isa kang rockstar!

This is not a work of fiction. This conversation took place on Oct 13, 2014. Photo: Geric Cruz

Source link: http://manila.coconuts.co/2014/10/14/kwentaxi-juana-c-rockstar

Ituloy ang VFA

October 21, 2014 / 15:43 PHT

This week, a taxi driver joins the call for justice for slain trans-gender woman Jennifer Laude.

Taxi Driver: Mommy, grabe ang ginawa kay Jennifer di ba?

Juana C: Mommy talaga? Anak ba kita?

TD: Para na rin kasi kayong nanay namin eh. Haha! Ano gusto nyo?

JC: Ahhhmmm…. Sweetheart. Sweetheart na lang.

TD: Ayos! Switart, biruin mong ilublob yung tao sa inodoro hanggang sa mamatay. P#$%- ina!

JC: P?>&@#$%^& talaga! Tingin mo ba mapapakulong sa Pilipinas yang si Pemberton?

TD: Naku mommy!

JC: Uhm uhm…

TD: Palalagas ko lahat ng ipin ko bago ako papugot ng ulo kung mapakulong yan dito.

JC: Parang sure kang hindi ah.

TD: Nakalimutan nyo na ata yung nangyari dun sa nang-rape kay Nicole. Sa tingin ko inareglo ng mga Kano yun. O di ba ngayon nasa Amerika na! Ni-rape ng Kano. Ngayon asawa ng Kano!

JC: Haaaaay!

TD: Praktikal lang! Walang panalo ang inaapi lalo na ang mahirap kung iaasa ang hustisya sa hustisya natin. Ang Pilipinas tuta ng kano. Si PNoy tuta din yan. Sa tingin mo ba bibitawan nila ang VFA para sa isang bakla? Bakla lang si Jennifer sa tingin nila.

JC: Bakla lang? Sa ting...

TD: ...Kung ako nanay ni Jennifer, alam nyo kung ano gagawin ko?

JC: Ano?

TD: Tutal rin lang walang manyayari sa kaso, pepresyuhan ko buhay ng anak ko. Hihingi ako sa Amerikano ng mga one hundred thousand dollars. Tapos...

JC: ...Tapos ano?

TD: Patitira ko yang si Pemberton. May pera na ako, may hustisya pa para sa anak ko.

JC: Parang ganun lang kadali ah.

TD: Bakit? Kung tayo ba ang magkasala pag nasa Amerika tayo pwede tayong itago ng gobyeno ng Pilipinas? Hindi, di ba? Pero pag sila gumawa ng kasalanan sa bayan natin, protektado sila! Anong klaseng gobyerno ang papayag na mangyari yan sa isang taong walang habas na pinatay? Gobyernong pulpol na walang pagkilala sa tao! Gobyerno ni PNoy! (Biglang mananahimik ang taxi driver.)

JC: (JC notices tears rolling down the cheeks of driver) Kuya, ok ka lang?

TD: Kasi ho kung ako ang sakyan ng mga Amerkanong militar ngayon, sa galit ko po sa nangyari kay Jennifer baka po ako makapatay eh.

JC: Wag naman. Buti pa kayo may ganyang pag-unawa. May kamag-anak po ba kayong bakla?

TD: Wala! Bakit kailangan ba meron para ko maunawaan? Hanggang Grade 6 lang ho ako. Ay! Grade 5 en-e-hap nga lang pala. Ni hindi ko pala nabuo Grade 5 ko. Pero ang sabi sa akin ng nanay ko, "Anak, madali ang maging tao pero napakahirap magpakatao. Lahat ng kulay, itsura, klase at antas ng tao sa lipunan ay respetohin mo!"

JC: Ganda ng sinabi ni nanay!

TD: Mommy...

JC: Ang kulet! Sinabi nang sweetheart di ba?

TD: May rally ba kayo? Magsuot ka ng inodoro sa ulo mo. Kunyari ikaw ang multo ni Jennifer.

JC: Uy pwede!

TD: Sabihin mo, "Laude, loud and clear ang iyong mensahe na ituloy ang VFA!"

JC: Ituloy ang VFA???

TD: Vadafs Faalisin si Aquino!

This conversation occured on Oct 15 in a taxi ride from Amoranto Stadium in Quezon City to Makati.

Source link: http://manila.coconuts.co/2014/10/21/kwentaxi-juana-c-ituloy-ang-vfa

Pagsuway sa Senadora

October 29, 2014 / 09:39 PHT

This week, a senator's former family driver spills the beans on the quirks of his ex-employer.

Juana C: Ano po ba ang sikreto nyo sa buhay?

Taxi Driver: Human power po!

JC: Please explain, Kuya.

TD: Kung kay Manny Villar po: Sipag at Tiyaga!

JC: Haha! Di ba ho singit at taga yun?

TD: Sa pagiging driver nakapagtapos po ang dalawa kong anak sa UP.

JC: Wow! Ako rin po nag-ambisyong makapasok sa UP pero di po ako pinalad.

TD: Swerte po ako sa mga anak ko at mahuhusay ang mga ulo nila.

JC: So ako hindi? Haha! Ano po ba natapos nila?

TD: Biochem yung panganay ko. Nasa Taiwan ngayon para sa kanyang PhD. At yung isa naman po Mechanical Engineering.

JC: Yan po ang kinaya ng human power nyo? Huwow! Manibela power!

TD: Apat po sila. Yung isa ko po, nasa IT at yung isa, nag Jollibee.

JC: Ikaw na, Kuya! Gaano katagal na po kayong taxi driver?

TD: Thirty years po. Pero limang taon ako kay Senadora Meriam.

JC: Defensor-Santiago?

TD: Opo! Strikta po si senadora. Yung asawa po nyang si Jun mas mabait. Pag po may pinagagalitan si senadora, nakatago po yun. Mahilig sa sabong. Dun sa mga Araneta. Pag nanalo ho yun, nag-aabot isang libo. Pag tabla lang, two hundred.

JC: Panong pagkastrikta ni senadora?

TD: Pagpasok po nun sa kotse nagbabasa na ng libro. Bawal po yung makadyot ako sa break.

JC: Eh di mabagal ang takbo nyo?

TD: Naku, galit din po yun pag mabagal.

JC: Haha! Ang sweldo nyo ok?

TD: 1996 hanggang 2001 po ako sa kanila. Nung una ang offer po PhP4,000. Eh sabi ko higit pa dun kita ko sa taxi. Pagkatapos ng ilang linggo pinatawag ako at ginawang PhP8,000.

JC: Bakit po kayo umalis sa kanila?

TD: Yung panganay po nyang anak na si Archie matapobre. Mahirap na nga po ako eh pakiramdam ko tinatadyakan pa po ako eh. Ang mabait po yung bunsong namatay na si AR. Yung Archie po ang dahilan kaya ako umalis. Nag-uunahan nga ho kaming driver na magpaalam eh.

JC: Nasabi nyo ba kay senadora na yan ang dahilan ng inyong pag-alis?

TD: Hindi ko na po sinabi. Sinabi ko na lang na gusto ko nang bumalik sa pagta-taxi.

24

JC: Sana sinabi nyo. Tutal aalis na rin lang kayo.

TD: May naalala pa nga pala akong mga kwento tungkol kay senadora.

JC: Gora!

TD: Dahil senadora may mga biyahe siyempre. May flight ho yan na alas otso, alas siyete nasa bahay pa.

JC: Eh di wang-wang to death?

TD: Ngayon lang naman ho kay PNoy bawal ang wang-wang di ba?

JC: Korek ka dyan.

TD: Sa isang biyahe po nya papunta rin sa airport, ako po ang ginawang lead car. Palibhasa po taxi diver tiwala siya na alam ko ang pasikut-sikot. Pero nung araw na yun, grabe po ang trapik.

JC: Aber, ano ang inutos sa inyo ng senadora?

TD: Biruin nyong narinig ko sa radyo ang utos na, "FX, mag counterflow ka na!" Yun po kasi ang code ko: FX.

JC: Baka diskarte na yun ng security nya? Wala nang kinalaman ang senadora dun.

TD: Ay hindi ho. Ang utos na ganun, kay Ma'am lang po pwedeng manggaling.

JC: Sumunod kayo?

TD: Sa isip ko ho nun eh handa na akong mawalan ng trabaho pero hindi po ako handang mawalan ng buhay.

JC: Sinuway nyo si Senadora Meriam Defensor-Santiago?

TD: Opo!

JC: Hindi ka naman siguro tinanggal sa trabaho?

TD: Hindi na ho yun napag-usapan. Siguro alam naman nya na tama ang ginawa ko. Pwede ring pati buhay nya napeligro kung sinunod ko siya. Atsaka senadora siya. Tama ba yun? Senadorang hindi sumusunod sa batas trapiko?

JC: Tumpak!

TD: At kung may nangyari sa akin? Eh di hindi ko pa napagtapos ang mga anak ko.

JC: Bukod sa sipag at tiyaga, may kakaiba at espesyal pa kayong human power.

TD: Hahaha! Ang pagsuway sa senadora!

This is not a work of fiction. This conversation took place on Oct 28, 2014, from UP Diliman to Makati. Photo: Geric Cruz (Oct 21, 2014)

Source link: http://manila.coconuts.co/2014/10/29/kwentaxi-juanac-pagsuway-sa-senadora

1-2-3

November 4, 2014 / 09:18 PHT

This week, a taxi driver duped by his passengers — maybe it's time for him to hang a "God knows Hudas not pay" sign on his dashboard?

Juana C: Good morning, Kuya!

Taxi Driver: Hello po!

JC: Musta ang mga pagsubok ng buhay?

TD: Eto po na 1-2-3!

JC: Hala lagot!

TD: Alam ko, hindi naman ako malas eh.

JC: Wag na bigyan ng power ang salitang yan. Anyare?

TD: Sa mga ganito kong karanasan napapatunayan na mahirap ang buhay dito sa Pilipinas. Simpleng pamasahe, tinatakbuhan ka pa.

JC: Saan ho nyo napupulot ang mga pasaherong ganyan?

TD: Kung saan ko hinatid ang mas magandang tanong, Ma'am.

JC: Pwes sa mas magandang tanong tayo. Saan nyo hinahatid ang mga pasaway?

27

TD: Sa casino po.

JC: So sa sobrang hirap ng buhay magsugal tayo at baka dun mabago ang kapalaran? Ganun?

TD: Ewan ko pero dalawa na ho sa tatlong sumakay sa akin na hindi nagbayad eh sa Resorts World po nagpahatid.

JC: Pero hindi lang naman ho casino ang loob ng Resorts World. Judgment ho agad-agad?

TD: May tinatawagan po siya sa telepono at sinsabi nya na ihanda ang pambayad at sa casino daw siya kitain bago sila pumasok.

JC: Anyare? Hindi siya kinita o kayo ang hindi na nya kinita?

TD: Ewan! Inugatan na ho ako sa kahihintay eh. Yung araw na yun muntik akong di makapag-boundary! Biyernes din kasi nun at sagsag ang trapik.

JC: Ayayay! Yung pangalawa ho anong nangyari?

TD: Ah yun pagbaba, sabay takbo na lang sa loob. Nakipagkwentuhan pa muna yun sa akin. Sugarol talaga daw siya.

JC: Ano mga yan? Babae? Lalaki?

TD: Both ho. Both. Yung una ho babae, yung pangalawa lalaki!

JC: Pero di ba tatlo yan? Saan naman nyo hinatid yung isa pa?

TD: Hulaan nyo? Mga gustong baguhin ang kapalaran. Yan ho ang clue ko sa inyo.

JC: Hmmm… Gustong baguhin ang kapalaran ang pagbabasehan ko ng pupuntahan… Wait ha… Andar andar lang.

TD: Subukan ko galing mo Juana Change.

JC: Hahaha! Sa Sanglaan?

TD: Ngehhh!

JC: Sa masahe! Para may happy ending! Hahaha!

TD: Ngehhh! Isa na lang, out na kayo!

JC: Malapit na rin naman ho ako sa bahay ko eh, so out na ako talaga. Hahaha! Shhhh! Huwag nga kayo maingay. I am thinking! Saan pa ba?

TD: Sirit?

JC: No way! Alam ko na! Pag wala kang pera at gusto mo baguhin kapalaran para magkapera, pupunta ka saaaaaaa…..

TD: Aba mukhang mahuhulaan nyo ah.

JC: Alam ko na! For the win….sa Lottohan! Yes?

TD: Ngehhh! You are out! But before you go out, bayad muna ho ha?

JC: Hahahaha! So saan ho nyo binaba?

TD: Sa US Embassy po!

JC: Ay, bakit di ko naisip yun?

TD: Kasi po hindi nyo iiwanan ang Pilipinas!

This is not a work of fiction. This conversation really took place on October 31.

Source link: http://manila.coconuts.co/2014/11/04/kwentaxi-juana-c-1-2-3

Homeless

November 12, 2014 / 16:45 PHT

This week, she meets a homeless taxi driver who turns out to be a self-styled philosopher.

Juana C: Manong, bakit kayo may tennis racket?

Taxi Driver: During high school, I used to play for my school. Binili ko yan sa ukay-ukay for the memories. My competition days were some of my happiest days of my life.

JC: Tamang senti. Ang galing-galing nyo sigurong maglaro.

TD: Buhos-loob lang.

(Biglang may barumbadong driver ng kotse nag-overtake kay manong.)

JC: OMG! Gago yun ah!

TD: Hayaan nyo na. Safe po kayo sa akin. Siguro may pinagdadaanan lang yun. Haha!

JC: Pasaway siya manong. Mabalik tayo. How are you these days?

TD: Eto, wala akong bahay. I am homeless. Hehe!

JC: Oh no! Why? Anyare po?

TD: Nung di magpang-abot ang kita ko at mga bayarin, nagdisisyon si misis na mangamuhan kasama ng anak namin. Yung dalawa ko pang mga anak ay nagsasarili na.

JC: Eh kayo po paano?

TD: Haha! Marami namang mga gasulinahan. Doon ako nakikitulog at nakikililigo. Nakakaraos naman.

JC: Grabe! Sana habang tumatanda, mas umaalwan ang buhay.

TD: Totoo po yan. Mas maalwan ang buhay ko ngayon. Mas kasya ang kita dahil mas konti ang bayarin. Minsan sa isang linggo nakakasama ko naman ang asawa at anak ko eh. Masaya kami. Mas malaki pa ang nabibigay ko ngayon.

JC: Buong buhay po ba ninyo taxi driver kayo?

TD: Nangamuhan din ako sa intsik. Company driver ako dati. Kaya lang nung nagkaka-edad na ako, yung dati kong pasok na regular, ginawang tatlong beses na lang sa isang linggo. Katagalan, halos isang beses na lang. Para hindi sila mahiyang alisin ako, nagpaalam na lang ako. Kailangan nila ng mas bata. Naintindihan ko rin naman. Tahimik akong nagpaalam.

JC: Ang sama naman ng amo nyo?

TD: Ganun lang talaga ang buhay. Yung di mo kayang baguhin dapat kaya mong tanggapin.

JC: Hindi ba masama ang loob nyo sa mga sinapit nyo sa buhay?

TD: Para ano? May maitutulong ba sa akin ang sama ng loob?

JC: Normal lang ho yung sumama ang loob manong.

TD: Hindi ho ako abnormal ha? *(Sabay ngiti.)* Buhay pa naman ako di ba? Matanda na pero may lakas pa. At nasa mas mabuting kalagayan ang asawa at anak ko sa amo nila ngayon.

JC: Bakit ho ba lagi kayong may pag-iintindi para sa ibang tao at pagtanggap sa mapapait na nangyari sa inyo?

TD: Simple lang kasi ang paniniwala ko.

KWENTAXI *by* JUANA C

JC: Ako ho kasi ang naiinis at maraming tanong. Parang ang sama kong tao sa tabi nyo. Kayo na ho ang homeless na walang bitterness. So sige nga po. Ano ang paniniwala nyo? Aber....

TD: Haha! Handa na kayo talagang malaman?

JC: Kanina pa po.

TD: Ang bitterness po ay para sa ampalaya, hindi sa tao!

This is not a work of fiction. This conversation really took place during a taxi ride from Intramuros to Makati.

Source link: http://manila.coconuts.co/2014/11/12/kwentaxi-juana-c-homeless

Kadugtong

November 19, 2014 / 15:07 PHT

This week, a taxi driver whose ultimate sacrifice was to end a blissful two-year extramarital affair.

Taxi Driver: Magkaibigan kami. Dun nag-umpisa. Isang taon kaming prends lang talaga.

Juana C: Tapos…

TD: Isang gabi nag-inuman kami, hinatid ko siya sa bahay tapos nung magpaalam ako, magkape daw muna.

JC: Pero siya ang hinigop nyo? Haha!

TD: Kinain pa kamo.

JC: Haha! Ang bangis! Faithful ba kayo kay misis.

TD: Isa lang, hindi marami. Halos dalawang taon lang kami.

JC: Bakit kayo kumaliwa?

TD: Hindi lahat ng bagay kayang ipaliwanag. Hindi ko maipaliwanag.

JC: Mahal nyo rin siya?

TD: Oo naman. Ang bait nya eh. Hindi nya planong kunin ako sa asawa ko. Pwede lang daw bang makimahal.

JC: Magandang title ng pelikula yan ah, *"Pwede Bang Maki-mahal?"* Eh bakit nag ending? Sana happy lang, walang ending!

TD: Kasi alam ko darating at darating ang panahon, mahuhuli din ako.

JC: So takot kayong mahuli?

TD: Takot akong makasakit. Mabait din kasi ang asawa ko. Iniisip ko din pamilya ko siyempre. Lalo na ang mga anak namin.

JC: Eh siya, sinong nag-iisip para sa kanya?

TD: Sinabi ko naman din sa kanya na hanggang dun lang ako.

JC: Eh di ba sabi naman nya, nakiki-mahal lang siya.

TD: Nasabi ko rin sa kanyang mahal ko siya. Kasi mahal ko talaga siya. Ang mali siguro timing. Sabi ko nga kung una ko siyang nakilala malamang siya ang asawa ko at hindi ang misis ko eh.

JC: Eh di ba ho sabi ni Ate Vi, "Ang pag-ibig minumultiply, hindi dini-divide!"

TD: Sa pelikula lang iyan. Sa totoong buhay ang pag-ibig ay, "It's complicated."

JC: Kung nahuli kayo, ano gagawin nyo?

TD: Hihingi ako ng tawad sa asawa ko.

JC: Eh kung hindi kayo patawarin?

TD: Naku huwag naman. May mga anak na kami—tatlo at puro babae.

JC: Kung lang nga. Kung ganun kasakit sa kanya at hindi nya kayo mapatawad.

TD: Wala akong magagawa kung ayaw nya. Nagsakripisyo rin ako. Tinuldukan ko nga eh. Pero yun ang kasalanang hindi ko pagsisihang nagawa ko dahil naging napakamapagmahal nung isa. Masaya rin ako sa kanya. Hindi nya ako binigyan ng problema sa dalawang taon naming pagkikita.

JC: Natawa ako dun ah. Pagkikita at hindi pagsasama. Hihi! Kasi kabit nga.

TD: Ayaw ko nga siyang tawaging kabit eh. Pangit ang salitang yan at hindi bagay sa kanya.

JC: Ano kaya?

TD: Kadugtong!

JC: Sana di nyo kinailangang ilaglag ang isa para sa isa ano? Nagsisi ba kayo?

TD: Hanggang sa pamamaalam ko, hindi nya ako pinahirapan. Iyan ang nagawa namin para sa pag-ibig. Siya para sa akin ay ang palayain ako kahit ayaw pa nya. At ako para sa asawa ko ay itigil na kahit ayaw ko pa.

JC: Salamat at para na ho sa tabi. Sa bahay na ako iiyak.

This is not a work of fiction. This conversation really took place during a taxi ride in Makati on Nov 17.

Source link: http://manila.coconuts.co/2014/11/19/kwentaxi-juana-c-kadugtong

Kaerus

November 26, 2014 / 11:43 PHT

*This week she meets a taxi driver who, despite a series of
unfortunate incidents in life, lucked out with his youngest child.*

Taxi Driver: Naging security din ako. Naging caretaker
na ako ng fishpond sa Quezon province, driver ng armor
car, ngayon driver ng taxi. Sabi nga ng misis ko baka daw sa
susunod tricycle na.

Juana C: Hahaha!

TD: Nag drive na din ako ng kariton nung mag business ako
ng tokneneng. Alam nyo yung tokneneng?

JC: Naman! Yung itlog?

TD: Yun! Yung binabalot ng arinang orange. Nagluto din ako
ng mami.

JC: Ok naman?

TD: Hindi eh. Kasi hindi maiwasan ang inggitan sa mga
nagtitinda. Riot!

JC: Riot agad?

TD: Oo! Nagtinda rin sila ng tokneneng. Siyempre pag mas marami sila mas siga. Under ka nila. Sisiraan paninda mo. Sasabihin, "Huwag kayo kumain dyan. Pangit luto dyan." O minsan pag nakatalikod ka bibiyakin yung gulong ng kariton mo.

JC: Grabe naman.

TD: Lumipat lang naman kami kasi naanod buong bahay namin nung Ondoy, kasi tabing ilog kami. Dala lahat. Back to zero. Umpisa ulit. Pagdating naman ng habagat dale na naman. Bangon pa rin.

JC: Fight ng fight.

TD: Oo naman, parang gulong lang ang buhay. Pero may swerte din kami ha? Yung isa kong anak, si Kaerus. Sinuwerte kami sa kanya.

JC: Ano ang kwento ni Kaerus? Boy?

TD: Babae si Kaerus. Nung manganganak na si misis, nag-bus kami kasama anak ko papunta dun sa komadrona nya. Magaling talaga yun, kaso, di na makalakad kaya kami ang pumunta sa kanya. Atsaka mura, PhP1,500 lang ang singil. Registered na komadrona talaga yun.

JC: Saan nyo pinuntahan?

TD: Sa Muson. Kaso pagdating pa lang namin sa San Jose del Monte, wala na, pumutok na yung palatubigan nya sa bus. Hanggang lumabas na ang kalahati ng bata.

JC: OMG.

TD: Buti kamo natapat kami sa Kairos. Ospital yun ng mga mayaman. Sikat yun. Takbo ako. Tinanong ko kung magkano magpa-anak?

JC: Ansabe?

TD: Nineteen thousand pesos daw ang package nila pag normal. "Patay na," sabi ko. Nakalabas na naman kalahati ng anak ko, baka pwede kalahati na lang bayad, sa isip ko lang.

JC: Hahahaha!

TD: Humingi pa ako ng tulong dun sa bus, kaso, hindi nila ako nabigyan. Balik ako sa ospital. Emergency eh, siyempre kapit ka na sa patalim.

JC: Ako nate-tense sa kwento nyo eh, oh tapos...

TD: Inassist naman nila kami agad. Eto na kamo, nung lalabas na kami sa ospital, isang linggo kasi kami dun bago kami pinauwi eh.

JC: Bayaran na.

TD: Hindi kami siningil kahit piso, binigyan pa kami ng pabaong dalawang libo!

JC: Wowowow!

TD: Kasi nakita nila pangalan ng baby ko, Kaerus din. Yung anak ko na maliit kasi, sabi sa akin, "'Tay, ilagay mo din yung pangalan ng ospital." Sinunod ko naman. Kaya naging MC Kaerus. Maximo Corpus Kaerus.

JC: Maximo Corpus Kaerus na babae.

TD: Pag basahin yang MC parang misis na walang S.

JC: Ah, gets ko na. Ang wais ng anak nyong maliit. Nalibre na kayo, may bonus pa! Bongga!

TD: Tama ka. Pero sabi nung mga taga-Kaerus, huwag na daw namin ipagsabi. Baka gumaya pa daw yung iba. Sinuwerte daw kasi sila sa anak namin: dumami customer.

JC: Haha! Customer talaga?

TD: Kung dati dalawa o tatlo lang nanganganak, nung dumating anak ko napuno daw sila! Tuwang-tuwa sila eh.

JC: Swerte nga! At marunong silang magpasalamat sa swerteng hatid ni Kaerus.

TD: Bumalik pa kamo yung kasama namin sa bus na tumulong sa aming magbuhat kay misis. Dinalhan kami ng damit at tsaka isang libo.

JC: O ha! Atliiiiit! Hindi laging patalim ang ibinabato sa inyo ng buhay di ba?

TD: Opo! Minsan binabato kami ng pandesal, na may palaman pang peanut butter.

This is not a work of fiction. This conversation really took place during a taxi ride in Makati on Nov. 26.

Source link: http://manila.coconuts.co/2014/11/26/kwentaxi-juana-c-kaerus

Soria

December 2, 2014 / 15:48 PHT

This week, she meets the taxi driver from hell.

Taxi Driver: Saan po tayo?

Juana C: Kuya, sa Legaspi Village tayo.

TD: Saan po dun?

Juana C: Sa Perea, Kuya.

TD: Ah Perea, sige po. Ok po kung sa dela Rosa na tayo dumaan?

JC: Chur powz!

(Kampante, tumawag na ako sa aking kaibigan nang napansin kong hindi ako sa Perea papunta.)

JC: Kuya, saan tayo papunta?

TD: Eto na po, ayan o Soria na. *(At ililiku na nya sa Soria street.)*

JC: Stop the car, Kuya. Soria yan. Sabi ko Perea hindi Soria.

TD: Di ba Soria sabi nyo?

JC: Inulit mo pa, di ba? Do you drugs? At pagka-ulit mo, sabi mo sa dela Rosa mo kukunin, di ba?

TD: Saan ba yung Perea?

JC: Aba, Kuya, bad acting yan. Amnesia girl? Anong katol ang hinithit mo?

TD: Ho? Ano ho?

JC: Huwag kang mag-Ho-ho-ho dahil hindi ka si Santa Klaws! Iniikot mo ako para tumaas ang metro, para lumaki ang babayaran ko, para lumaki ang kita mo. Bad ka! *(Sabay labas ng cellphone)*

TD: *(Walang kibo)*

JC: Kuya, look here. *(Sabay kuha ng picture kay Kuya na ayaw lumingon.)*

TD: *(Tahimik)*

JC: Kuya, lumaban ka naman nang parehas. Hindi lang ikaw ang nahihirapan sa buhay *(at lumakas ang boses ko)*. Pati akooo!!!

TD: *(Yumuko nang slight)*

JC: Buti naman umamin ka. Che!

This is not a work of fiction. This conversation really took place during a taxi ride in Makati. Photo: Mae Paner

Source link: http://manila.coconuts.co/2014/12/02/kwentaxi-juana-c-soria

Huwag Kang Gago!

December 9, 2014 / 11:01 PHT

This week, she teaches a wily taxi driver a lesson he'll never forget.

Juana Change: Kuya, sa Reposo.

Taxi Driver: *(Irritated)* Saan? Saan?

JC: Sa Reposo po, bago mag JP Rizal. *(Friend calls.)* Kuya, daan muna tayo ng Kamagong ha?

TD: Sabi mo Reposo.

JC: Opo, pero kaibigan ko yung tumawag, nagpapadaan lang. Tatayo na siya sa kanto. Di na tayo maghihintay.

TD: Sige. Dagdagan mo na lang ako ng singkwenta.

JC: Ho? Ano ho? Sa ano hong kadahilanan at nagpapadagdag kayo ng singkwenta pesos?

TD: Matrapik dun eh.

JC: Kahit naman ho saan matrapik ah.

TD: Kung ayaw nyo, eh bumaba na lang kayo at humanap ng iba.

JC: Ano? Paki-ulit ang sinabi nyo.

TD: *(Bumagal ang takbo at tumabi.)* Baba na! Humanap kayo ng iba kung ayaw nyo.

JC: Nakikita nyo bang nasa madilim at ilang na lugar tayo?

TD: Singkwenta lang eh.

JC: *(Sa dumadagundong kong boses)* Tarantado ka ah! Huwag kang kupal ha! *(At lalo ko pang itinaas ang boses ko na halos gumalaw ang taxi sa lakas ng sigaw ko.)* Subukan mo akong ibaba sa di ko gustong babaan, Mamà. Magsubukan tayo! Hayop ka! Sisiguraduhin kong mare-report ang kawalanghiyaan mo para tuluyan ka nang hindi makapang-gago ng pasahero. *(At itinaas ko pa for the third time ang boses ko na halos mapatid ang ugat sa leeg ko.)* GAGO KA MAMÀ! HUWAG KANG GAGOOOOOOOO! *(At umandar siya hanggang nakarating kami sa Kamagong at sumakay ang kaibigan ko.)*

Friend: Huy! Bakit namumula mukha mo?

JC: Natural na blush yan.

Friend: Bakit nga?

JC: Later, my friend, later! *(Hindi na kumibo ever si mamang taxi driver. Tiklop ang bibig at nakayuko pagbaba namin. Sakto ang binayad ko.)*

This is not a work of fiction. This conversation really took place during a taxi ride in Makati.

Source link: http://manila.coconuts.co/2014/12/09/kwentaxi-juana-c-huwag-kang-gago

Uber Papa

December 17, 2014 / 17:29 PHT

This week, she orders an Uber and gets a dreamboat driver.

Pagkakitang-pagkakita ko sa sundo ko, sa loob-loob ko, "Oh my God!" Ang young at ang yummy ni papa.

Taxi Driver: Good afternoon Ma'am. *(Sabay bukas ng pinto.)*

Juana C: Good afternoon din papa. *(Sabay upo.)*

TD: Ma'am would you like a bottle of water? *(Sabay abot ng mineral water.)*

JC: No, thank you. Baka may pampatulog yan.

TD: *(Tawang sosyal.)* Wala po.

JC: Naku mahirap na. Sa dami ng krimen ng mga taxi drivers ngayon, mahirap magtiwala kahit na pogi ka pa at natutuyo lalamunan ko sa pagka-pogi mo. This can be a holdup, rape or murder noh! Ayaw! Aba, at may dessert glass ka pa talaga na may candies ha. Style!

TD: At Fox po yan Ma'am ha, hindi Mentos.

JC: Haha! Kotse mo ba ito? Ok ba ang Uber?

TD: Opo, akin ito. Ok naman po. Malaking tulong sa akin.

JC: Wala sa itsu mong kailangan mo ng tulong pinansyal.

TD: Hindi po! Kailangan din.

JC: Sa mga nachika ko, mas ok ang Uber sa mga driver nila nuon kasi nagbibigay sila dati ng PhP150 per trip. Ngayon daw PhP30 na lang at may nagsabi pa sa aking baka alisin na din yun. Galante lang daw sila nung una pero ngayon babawi na. True? Ikaw ba, full-time dito?

TD: Lumiit na nga po ang bigay nila. Part-time ko lang po ito. Buti na lang akin din ang sasakyan.

JC: Ano ba ang tunay mong raket?

TD: Concierge po ako sa Makati Shangri-La. Kaso po tatlong taon na casual pa rin po ako.

KWENTAXI by JUANA C

JC: Parang SM lang ang peg? Ayaw ng regular employees. So kung casual, talagang maliit nga ang sweldo mo.

TD: PhP12,000 po a month.

JC: Toink! So kelan ka nag-u-Uber? Mas malaki kita mo dito I am sure.

TD: Di hamak! Paglabas ko po sa work hanggang antukin. Minsan po kumikita ako dito ng PhP4,000 sa isang araw. Kasi po ang ginagawa ko minsan, pag may price surge lang ako lumalabas. Hehe! (*Ang surge sa Uber ay kung saan ang metro mo ay pwedeng doble o kahit pa five times ng normal na metro. Nagkakaganito pag matrapik, maulan o malaki ang demand.*)

JC: Huwow! At malaking tulong na kotse mo din ito. Pero leche ka! Kaya lalo kaming napapamahal kasi pag may surge ka lang lumalabas. Bad yun. Ang sama na nga ng loob ng mga taxi drivers at operators sa Uber dahil sila, ni hindi makapagtaas ng presyo at uber lugi sila pag matrapik, pero ang Uber nakakagawa ng sariling price scheme. At pag trapik doon kayo lalo nakakataga. Kawawa kaming mga pasahero.

TD: At least may extra choice kayo bukod sa ordinaryong taxi.

JC: Welll, may tama ka. At sa Uber mas safe ang pasahero at ang driver sa totoo lang. Di lagi ka nang nasa labas ng bahay. At least may mas malaki kang income kesa sa irregular job mo. Hehe!

TD: Pang iwas barkada at gimmick ko po itong Uber. Malaking tulong pa sa pagbayad ko ng mga bills ko. Iwas pa sa pakikinig ng mga argumento sa bahay namin. Ang gulo nila.

JC: Ay! Me pinagdadaanan din sa home?

TD: Hehe!

JC: At I bet hinahala ka din ng mga pasahero mo.

TD: May ganun din po. Yung mga nagiging pasahero ko po, dahil alam nila ang cellphone namin eh tinuturuan pa po ako.

Pumunta na daw ako kung nasaan siya at pag andun na ako tsaka ako mag-online para siguradong ako ang maka-pick-up sa kanila.

JC: Sa itsu mong yan, baka naman nadadagdagan nga ang kita mo, eh mapariwara naman ang katawan mo hijo? Sa uber pagod at pagnanasa ng mga pasahero sa laman mo.

TD: Salamat po sa advice.

JC: Lapit ka nga sa akin.

TD: Huh? Bakit po?

JC: Pa-selfie lang. Sus, 'to naman! Hindi pa ako handang maging cougar.

Photos: Mae Paner

Source link: http://manila.coconuts.co/2014/12/17/kwentaxi-juana-c-uber-papa

Dalawang Pasko

December 23, 2014 / 12:31 PHT

This week she writes about her experience with two senior citizen drivers 10 years apart — one of them is positive and hopeful, the other is negative and bitter.

Isang panahon, dalawang kwento. Sakay nila ako. Isa papunta sa Solaire at ang isa papunta sa Emerald Restaurant. At sa pareho, kasama ko ang aking mga kaibigang balikbayan mula sa Australia.

Juana C: Kamusta naman ang biyahe ngayong kapaskuhan, Kuya?

Taxi Driver 1: Grabe ang trapik.

Taxi Driver 2: Ayos naman po.

JC: Kamusta ang biyahe ngayon?

TD 1: Eh pano naman kung ang trapik hindi gumagalaw? Nitong Miyerkules lang nagsakay ako ng pasahero mula Cubao hanggang airport, abutin ba naman kami ng limang oras. P!@#$%-inang buhay ito! Eh kaya kong kunin yun ng beynte minutos kung walang trapik. Kung bata-bata ang drayber kahit 15 minutes kaya.

TD 2: Ayos, kahit matrapik! Sinasamantala ko at maraming pasahero. Walang taxi drayber na bakante ngayong mga panahong ito.

JC: Kamusta naman ang laman ng wallet these days?

TD 1: Laman ng wallet ba kanyo? Surot ho ang laman ng wallet ko. Pag may nagsabi sa inyong drayber na malaki kita nya ngayon, naghahambog lang yun. Mabuti pa nung isang taon, dalawang linggo kong biyahe bago mag Pasko hanggang Bagong Taon may PhP25,000 na ako. Ngayon ang tindi na masyado ng trapik. May panahong walang galawan ng ilang oras. P%!$ng inang buhay ito. Gutom ang Pasko. Kawawa ang pamilya ko.

TD 2: Hindi na ho ako lumalayo dahil sa trapik. Paikot-ikot na lang ako dito sa Solaire, City of Dreams, Roxas Boulevard. Nakakatikim ho ako ng dalawang libong kita sa isang araw. Nakakadoble!

JC: Ano ho ang pwede nating ipag-pasalamat sa life ngayong Pasko o wish kaya?

TD 2: Ako 61 years old na. Sa dinaranas kong hirap, wala eh!

TD 1: Ako ho 71 na. Salamat po at nakakapagmaneho pa at malinaw ang mata. Eh sana ho patuloy lang ako na ganito. Huwag lang magkakasakit at lagi pa ring makakabasa ng *Bulgar, Pang Masa* at *Ngayon* tuwing umaga. Mga pampaantok ko po yun eh.

JC: Maiba naman, ano ho ang masasabi nyo tungkol sa presidente natin ngayong Pasko?

TD 1: May nasakay akong pasahero na nagtatrabaho sa Palasyo. Siya mismo nagsabi sa akin na may sampung bakla daw sa Malacañang. Si PNoy mismo bakla daw. Grabe siya! Parang siya lang nakakaalam kung sino ang nagkakamali at sino dapat parusahan. Pag kaalyado nya, tama. Pag kumokontra, mali. At pag guwapo, swerte!

JC: Hahaha! Wagas ka makalait, Kuya. Ikaw na ang negastar. Ang boss ok lang na maging bakla. Pero hindi ok kung pogi at prends lang ang may swerti at tama. Kung bakla man si PNoy, pero sa tingin ko hindi naman, shoke ata ang mas tamang tawag sa kanya. Whaaa!

TD2: Niloko ho nya tayo. Kasinungalingan yung tayo ang boss. Hindi ho totoo yun. Walang nagbago. Hindi ko na ho siya iniintindi.

JC: Ang positive mo, Kuya. Mabuhay ka! Sa kwento at attitude mo, hindi Pasko ang merry, kundi IKAW!

Photos: Mae Paner

Source link: http://manila.coconuts.co/2014/12/23/kwentaxi-dalawang-pasko

Presidente

December 30, 2014 / 10:27 PHT

This week, she compares notes with a taxi driver on who should become the country's next President.

Juana C: Ano naman ho masasabi nyo sa dami ng krimen na ginagawa ng mga taxi driver ngayon, Mamà?

Taxi Driver: Hindi naman ho kami ganun. Bago ko ho kayo nasakay nagsauli ho ako ng naiwan ng pasahero kong mag-asawang foreigner na camera. Dinala ko po sa Shangri-La. Ang mali ko lang po eh hindi ko nahingi yung number ng pinagbigyan ko pero kinuha po nila numero ko.

JC: Mabuhay po kayo! Sana nga lang po isauli nila.

TD: Di ba po kayo si Juana Change? Di ba po dati kayong supporter ni Noynoy.

JC: Tama po kayo, DATI!

TD: Ako po kasi may tiwala pa po sa kaniya eh.

JC: Sa ano pong kadahilanan?

TD: Yang si Noynoy hindi talaga nagnanakaw yan eh.

JC: Sure kayo?

51

TD: Kaya lang ho problema yung mga alipores nya.

JC: Eh kung hindi nya kayang alisin yung alipores nya na alam naman niyang problema, di ba problema siya?

TD: Ewan ko ho pero hindi pa rin naaalis ang trust ko sa kaniya. May konti pa rin ho.

JC: Sa kabila ho ng mga hinagupit ng Yolanda at Ruby na hindi pa naaabutan ng maayos na tulong mula sa gobyerno? Sa kabila ng milyun-milyong mahihirap na nagdurusa sa ilalim ng administrasyon nya na dumami pang lalo? Sa kabila ng trapik na di masolusyunan na nakakaapekto sa kita nyo?

TD: Siya ho ba lahat yun dapat?

JC: Hindi ho! Dun sa alipores nya na sinasabi niyong problema yung iba.

TD: Hindi ho tayo dapat nagkakagulo ng ganito. Kung matino po ang gobyerno, matino po ang tao.

JC: Korek! Kung matino ho si PNoy, nakakaramdam tayo ng alwan ng buhay dahil apat at kalahating taon na siyang dapat na nagsisilbi sa atin.

TD: May katwiran ho kayo pero sino hong ilalagay natin? Kayo ho? Ako gusto ko si Miriam o si Duterte.

JC: Bakit ho?

TD: Si Duterte ho maganda. Di ba po sa Davao maganda? Yung gamit mo pag naiwan mo hindi mawawala. Mababalikan mo kinabukasan.

JC: Pero di ba ho mamamatay tao si Duterte? Sa Davao, siya ang batas.

TD: Yun nga ho ang maganda eh. May kinatatakutan. Tutal ang pulis naman po hindi rin natin alam kung kakampi o kalaban. Kung takbuhan mo sila, pagkakaperahan ka pa. Ganun ho ang nangyayari eh. Si Miriam pwede din po, kasi ang tapang eh—para matakot yung iba.

JC: Hahahaha!

TD: Sino ho ilalagay natin? Si Noynoy kasi lalambot-lambot din. Ano ho tingin nyo kay Binay? Ayoko dun eh. Ayoko ho dun kasi political dynasty.

JC: Binay! *Angkan ng Bantay-Salakay!* Pwedeng gawing movie.

TD: Hahaha! Eh sino ho ilalagay natin?

JC: Ako ho may napili na.

TD: Sino ho?

JC: Ryzza Mae Dizon for President!

This conversation took place between Kalayaan Avenue in Makati and Ortigas Center.

Source link: http://manila.coconuts.co/2014/12/30/kwentaxi-juana-c-presidente

Tomoh!

January 6, 2015 / 17:57 PHT

This week, she meets a taxi driver who, without a high school degree but with sheer determination, was able to raise six successful children.

Juana C: Pinuyir po! Kamusta po biyahe pagkatapos ng Pasko?

Gabino: Trapik na po ulit at pasukan na.

JC: Walang pahinga sa katrapikan?

Gabino: Meron naman po. Nung Linggo. Isang araw.

JC: Ang haba! Hehe! Kuya, may epekto po ba sa mga taxi driver ang pagtaas ng presyo ng LRT at MRT?

Gabino: Aba opo! Ang anak ko ho nag e-LRT 2. Yung pamasahe nyang 15 pesos naging 25. Mga 80% ho atang pagtaas yun ah. Tama ba? Tarantado ho talaga yang mga taga-DOTC. Sa kapalpakan nila nakuha pang magbigay ng mas matindi pang pasakit sa maliliit.

JC: *(Pinalaki ko boses ko)* Tomoh!

Gabino: Ano ho yung *(pinalaki din nya boses nya)* "tomoh"?

JC: Korek ho! Check! Tama ang sinabi nyo! Pak! Sabi nga sa akin nung isang taxi driver, mas masahol pa daw sa sardinas ang LRT at MRT eh.

Gabino: Bakit daw po?

JC: Pag rush hour, mas may pag-asa pa daw na gumalaw ang sardinas sa loob ng lata kesa ang tao sa loob ng MRT.

Gabino: *(Sabay tawa at inulit pa)* Tomoh!

JC: Mang Gabino, dahil kayo ang nagbibigay ng pamasahe sa anak nyo, eh di kayod pang lalo?

Gabino: Pinatitigil na nga ho ako nung CPA ko eh. Tigilan ko na daw ang pagmamaneho.

JC: Bakit daw ho?

Gabino: 43 na taon na kasi ako sa likod ng manibela. Tama na daw yun at di na naman kailangan. Nagbibigay sila sa akin pero gusto ko pa ring magmaneho.

JC: Kasi boring kung sa bahay lang at hindi na naman mahilig si misis mag-sex lagi, di ba ho?

Gabino: *(Tumawa muna nang malakas)* Tomoh!

JC at Gabino: *(Duet)* Tomoh!!!

Gabino: Anim ho ang anak ko. May CPA at computer engineer ako sa Amerika. Isa sa Singapore, manager na computer programmer. Isa nasa Switzerland kasi pinadala duon ng Accenture, programmer din. Yung sa UE ko accountancy. At yung isa naman nag o-opisina sa National Bookstore. Apat ang babae ko. Ang isa tomboy.

JC: May isyu ba kayo na tomboy ang anak nyo?

Gabino: May mga bagay na tinatanggap. At ang anak kong tomboy tanggap na tanggap yan. Buo!

JC: Mabuhay ang tatay na tumatanggap sa anak ng buo! Ano ho ang secret nyo na lahat ng anak nyo ay maayos?

Gabino: Secret? Pag ho may pagkain eh di kain ka lang.

JC: Yun ho ang secret nyo? Kumain?

Gabino: Secret ho ba yun?

JC: Kayo ho ang nagsabi.

Gabino: Ibig ko hong sabihin dun ay wala po akong secret. Masikap lang po talaga silang lahat na mag-aral. Sabi ko lang na samantalahin nila habang may lakas pa ako. Graduate ako ng Grade 6. Nanay nila ni hindi umabot ng Grade 6 pero sa tulong ng manibela nakatapos silang lahat.

JC: Wow!

Gabino: Nasa apelyido ko ho suguro ang secret ko.

JC: Hulaan ko ho apelyido nyo… Manalo!

Gablno: Tomoh!

Photo: Mae Paner

Source link: http://manila.coconuts.co/2015/01/06/kwentaxi-tomoh

Style Mo Bulok

January 13, 2015 / 18:09 PHT

This week, she takes an Uber and gets a driver who relies on her for direction.

Uber Driver: Good afternoon po.

Juana C: Good afternoon po. Game, Mamà. Male-late na po ako. Yung nauna kong tinawagang Uber iniwan ako. Paglabas ko wala na siya. Nagsabi naman siyang andun na daw siya sa labas ng bahay ko. Jumingle lang naman ako at nagpasok ng gamit sa bag. Matagal ba yun? Weird! Tapos nung tinatawagan ko, ayaw na akong sagutin. First day pa naman ng reading ko today sa La Salle. Haaay!

UD: *(Deadma)*

JC: Mamà, saan ho kayo dadaan?

UD: Saan ho nyo gusto?

JC: Basta dun ho sa tingin niyong pinaka-iwas trapik para mas mabilis.

UD: Saan ho yun?

JC: Ho?

UD: Saan ho ang gusto niyong daan?

JC: Kayo na nga ho ang bahala.

UD: Pasahero ho ang pinagdidisisyon namin kung saan nya gustong dumaan.

JC: Kung kabisado nya ang daan. Hindi ho ako magaling sa direksyon.

UD: Baka gusto niyong mag-Waze.

JC: Waze? Siguro gumamit na kayo ng Waze dahil sina-suggest nyo. At sa experience ko ho sa Waze, magpapaikut-ikot tayo at lalo akong tatagal. Ang surge price ko ho sa pagsakay kong ito ay 1.7, Mamà. Magiging halos doble na ho ang pasahe ko. At kung pumalpak na naman ang Waze ngayon dahil madalas na mangyari yun, magpapaikut-ikot tayo. At kung lalo tayong tumagal sa pagikut-ikot na yan, di lalaki pang lalo ang babayaran ko. At ang pinakamasakit pa niyan eh ako pa ang may kasalanan. Ok lang kayo?

UD: Mahirap na hong masisi?

JC: Mamà, hindi naman ako sa Turkeyville nagpapahatid. Yung lugar ho na yan hindi ako aasang alam nyo. Pero bilang driver kayo na naka iPad na pwede niyong gamitin to navigate at sa Taft lang naman ho ang La Salle, baka naman alam nyo kung saan yun. Derechahan na, Mamà, alam nyo ba kung saan ang La Salle?

UD: Alam ko ho.

JC: Juicecolored!

What could have been short and sweet 20-minute ride took 1.5 hours (bumaba na ako sa Estrada at naglakad dahil sinara ang Taft for the rehearsal of Pope's coming). My Uber fare, which could have just been around PhP150, became PhP400. Bow!

Source link: http://manila.coconuts.co/2015/01/13/kwentaxi-juana-c-style-mo-bulok

Pope Francis Effect

January 20, 2015 / 10:57 PHT

This week, a driver bears witness to some people's twisted view of religion.

Juana C: Kamusta ho ang byahe nung andito ang Santo Papa?

Taxi Driver: Wala nga hong color-coding pero wala namang pasok. Eh di walang masyadong pasahero. At matrapik pa rin.

JC: Saan ba kayo naghahanap ng pasahero? Sa Nunciature? Hehe!

TD: Kung ang sambayanang Pilipino gustong lumapit sa kanya, ako ho baligtad. Lumalayo ho ako dahil naghahanap-buhay po ako nun at kailangan ko pa rin pong kumayod para pakainin ang pamilya ko kahit nandyan siya. Di po ako katulad nung iba na kahit 15 oras na halos walang inom at kain ok lang. Tapos nung makita daw siya busog na. Wow!

JC: Hahaha! Marami rin hong hinimatay sa gutom at lamig.

TD: May nasakay ho akong dalawang babae na galing sa Solaire nung araw na nagpunta ang Papa sa SM Arena.

59

JC: Magkalapit nga yun. Mga sugarol ba?

TD: Sa kwentuhan ho nila sa sugalan sila dumerecho pagkatapos nilang magpabasbas kay Santo Papa, na para daw si Jesus sa tingin nila.

JC: Me ganun.

TD: Eto kaniyo.

JC: Win?

TD: Rinig na rinig ko ang sabi nung mestisang mataba, "Friend, ito na ata ang pinakamahal na sandwich na kakainin ko, P80,000!"

JC: Huwat? Aray!

TD: Sumagot naman po yung kaibigang maputla, "At least sandwich yan friend. Itong tubig ko P60,000."

JC: Hohemgeee!

TD: Kumita ako ng PhP1,000 nung araw na yun at masaya akong kumain ng dinuguan at dalawang kanin. Eh sila, yung tubig at sandwich nila hawak pa rin nila hanggang dito sa taxi ko. At least may epek din sa kanila. Wala silang nararamdamang uhaw at gutom pagkakita nila sa Santo Papa.

JC: Hahaha!

TD: Baka akala nyo yan ang ending ng kwento ko?

JC: Hala lagot. Meron pa?

TD: Narinig daw nung mestisang mataba si Pope Francis sa TV nung sinabing, "Those who gamble and swander money."

JC: Squander ho

TD: Sequaaaaa…

JC: Squander ho.

TD: Sequander. Yun, yun na yun. Nanikip daw dibdib nya at napatingin sa asawa.

JC: Malamang hindi alam ng asawa na sugarol siya.

TD: Mali kayo! Sa asawa pala siya natutong magsugal. Kaso yung asawa natauhan na.

JC: Naninikip din dibdib ko sa kwento nyo.

TD: Hindi pa ho ako tapos.

JC: Quota na ho ako sa epek ng pagdating ng Papa.

TD: Ang ikinagulat ko pa po ay ito.

JC: Alam mo, Mamà, may pagka torturer ka.

TD: May hawak po sa kanang kamay na maliit na Sto. Niño si putlain.

JC: Pati yun napansin nyo?

TD: Yun po ang kamay na nag-abot ng bayad sa akin eh. Nakadikit yung pera sa malinggit na Sto. Niño.

JC: Atlit may pambayad naman?

TD: Mabait po ang Diyos. Tinirahan sila ng para sa akin. Para sa naghahanap-buhay. Hahaha!

JC: Oh say! Maganda na hong ending yan.

TD: Wala pa hong ending.

JC: Ho?

TD: Magkikita daw po sila kinabukasan sa Solaire para bumawi.

JC: Hahaha! Wagas! Atlit nakakapit kay Sto. Niño at kumukuha ng lakas kay Pope Francis.

TD: Hahaha! Opo! Para hindi mahuli ng pamilya...

JC: ... at hindi makaramdam ng uhaw at gutom habang bumabawi.

TD: O di ba? Mabait po talaga ang Diyos!

JC: Naman! All the time!

Source link: http://manila.coconuts.co/2015/01/20/kwentaxi-juana-c-pope-francis-effect

Take Three

January 30, 2015 / 12:02 PHT

This week, she meets a driver sweet lover.

Juana C: Mamà, sino ba yang ka text nyo? Bad ho yan pag nagmamaneho. Damay ako pag naaksidente kayo.

Taxi Driver: Sensya na ho. Eto naman kasing mga babae ko di magkaintindihan. Nauubos na load ko kakasagot.

JC: Mga babae nyo! "Mga" talaga? Ilan?

TD: Haha! Tatlo ho, ang nanay ng apat kong anak.

JC: Akala ko ho jeepney driver lang ang sweet lover, pati taxi driver pala.

TD: Ay hindi ho ako ganun. Kasama lang siguro sa guhit ng palad ko. Hindi po ako nagsasabay-sabay.

JC: Paano style nyo?

TD: Sunud-sunod lang ho. Yung una ko ho masyado pa akong bata kaya mapusok, 18 pa lang ho kaming dalawa. Wala pa kami pareho sa tamang huwisyo. Puro puson pinairal. Hehe!

JC: Hahaha! Yan ho ba yung pag-ibig na hinugot sa langit?

TD: Haha! Sa pantalon lang ho.

JC: Hahahaha! Yung sa pangalawa may pinaghugutan din kayo am sure.

TD: Baril ho! Joke *(sabay tawa ng malakas)*. Napikon ako dun, 25 na ho ako nung magsama kami. Naging napakamukhang pera. Epekto ho ata ng pinagtatrabahuhan. Taga-PAGCOR yun eh. Nilayasan ko. Masyadong demanding. Palibhasa gusto mayaman, tapos sa akin bumagsak. Eh driver lang ho ako. Di ko kaya mga demand nya. Sabi ko humanap siya ng maraming pera.

JC: Nakatagpo ba?

TD: Oho! Sinunod naman nya payo ko. Seaman ang nakuha. May datung. Nung makatagpo na siya ng mapera, di masaya na siya. Dahil nakawala ako sa kaniya, di ako rin masaya na.

JC: Free again!

TD: Oho! Kalokohan ho yung magtiis at magpaka martir. Kung hindi sila masaya sa iyo o ikaw sa kanila, palayain nyo isa-isa para walang sakit ng ulo.

JC: Bakit parang sakit ng ulo din yung ka-text nyo kanina? Yung mga babae nyo 'kaniyong hindi magkaintindihan? Yung pangatlo na yun di ba?

TD: Hahaha! Oho! Inirereklamo yung dalawang anak naming babae ni misis. Ayaw daw tumulong sa tindahan. May pwesto po kasi kami ng gulay.

JC: Kamusta naman ho itong pangatlo nyo.

TD: Ah mabait ho ito tsaka masipag. Matanda ako sa kanya ng 14 years.

JC: Kayo ba mabait din sa kanya?

TD: Aba! Libre ho siya ng taxi sa akin. Tuwing bago ako gumarahe, susunduin ko siya sa bahay namin ng mga alas-tres ng madaling-araw para mamili kami ng gulay sa Baclaran. Katuwang ko ho si misis sa paghahanapbuhay.

KWENTAXI by JUANA C

JC: Ikaw na, Kuya! Mula sa libog, ikaw ay nagpalaya at lumaya. At ngayon may mabait at masipag na katuwang sa buhay.

TD: Hahaha! Nagbabago po kasi ang ugali ng tao. Yung minahal mo today can change tomorrow. At pag may change, adjust ka lang.

JC: Hahaha! Kaya nakatatlo kayo sa kaka-adjust.

TD: Oho, because we wanna Juana Change.

JC: Naks! Me ganun talaga?

TD: Ngayon ko lang ito ikinuwento sa pasahero ko. Ramdam ko, keri nyo kwento ko.

JC: Tatandaan ko ho ang sinabi nyo, "'Yung minahal mo today can change tomorrow. At pag may change, adjust ka lang."

Source link: http://manila.coconuts.co/2015/01/30/kwentaxi-juana-c-take-three

Pa-jingle?

February 6, 2015 / 13:49 PHT

This week, she unwittingly welcomes a driver to her home so he could use the toilet.

Berly: Ma'am, andyan na po yung taxi nyo.

Juana C: Ok, lalabas na ako.

Berly: Ma'm wag muna.

JC: Huh? Ano?

Berly: Ihing-ihi na daw ho yung driver. Pwede daw ho ba siyang maki-jingle dito sa atin?

JC: *(Natigilan)* Huh!?! Ano!?!

Berly: Ma'am, ihing-ihi na talaga siya.

JC: Ah, eh . . . ok!

(Pagka-jingle ni Kuya sa bahay, pumasok kami nang sabay sa taxi.)

Taxi Driver: Ma'am salamat po talaga. Kanina pa ho ako ihing-ihi! Naghahanap na nga ho ako ng gasulinahan nung pinara ako nung kasama nyo sa bahay eh.

JC: Malamig kasi ang panahon ngayon. Nakaka-ihi talaga.

TD: Nagulat nga ho ako eh.

JC: Bakit?

TD: Nagprisinta ho siya sa akin na sa bahay nyo na lang daw ako maki-jingle.

JC: Sabi ko na nga ba eh. Diyos ko Lord! Salamat po at mabuti kayong tao. Paano kung hindi? Chop chop na siguro kami ni Berly ngayon o limas na ang bahay ko, salamat sa kasambahay kong nagmamaganda.

TD: Hahaha! Huwag naman po—pero sa dami ng maloko ngayon, hindi lang naman sa mga katulad naming taxi driver. Pero posible po yun.

JC: Berly! Berly! Berly! At umoo din naman ako, di ba? Tama ba yun?

TD: May kutob po tayo. Tama po kayo sa kutob nyo sa akin. Swerte ko rin ho at nakapagparaos ako sa inyo. Tengkyu po!

JC: Parang may nangyari sa atin ah. Nakapagparaos ka sa akin! Welcome!

TD: Hahaha!

JC: Kuya, pano kung kinulong kita sa bahay ko at pina-kiss ko sayo si Berly?

TD: Hahaha! Ginagalang ho ang mga matatanda.

JC: Feeling ko talaga, dahil nakita ng Lola Berly mo na cute ka, kaya yun nag-atribidang mangumbida sa bahay ko. Haaay! Swerte din kami. Na-tense ako kanina ha? FYI!

TD: Kaya pala naka-ready camera nyo.

JC: Depensa ko yan at pagsasamantala ko na rin bilang cute ka!

TD: Haha! Thank you po madam.

JC: Madam talaga? Thank you din po.

TD: God bless!

Photos: Mae Paner

Source link: http://manila.coconuts.co/2015/02/06/kwentaxi-juana-c-pa-jingle

Delicious

February 10, 2015 / 09:57 PHT

This week, she meets a chubby chaser.

Juana C: Kuya, ang guwapo mo, ah.

Taxi Driver: Sayang, may asawa na ako.

JC: Hahaha! Hindi naman ako selosa eh. Joke!

TD: Ikaw ba may asawa na?

JC: Ano sa tingin mo?

TD: Ah *(sabay sulyap sa rear view mirror)* tingin ko may syota ka!

JC: Anong basehan mo *(sabay kurap-kurap ng mata)*, Kuya?

TD: Hinulaan ko lang. Tama?

JC: Ako ay dala na!

TD: Bakit naman dala ka na?

JC: Dala na ako sa maliit na bird. Chos!

TD: Taas siguro ng standard mo.

JC: Hindi rin! Hahaha!

TD: Kung binata ako, liligawan kita. Yang pangangatawan mo ang tipo ko eh. Nakakagigil!

JC: Why not? Sinabi nang hindi ako selosa eh.

TD: Hahaha! Nagbibiro ka lang alam ko din.

JC: Hahaha! Hindi rin!

TD: Ang misis ko malaki pa sa iyo.

JC: Ayun! Chubby chaser ka pala, Kuya. Yun ang naamoy ko kanina sa tingin mo sa akin.

TD: Ano yun?

JC: Mahilig ka sa malaman.

TD: Ay oo! Lahat ng naging girlfriend ko mataba.

JC: Si misis? Siya ba ang pinakamataba sa lahat?

TD: At pinakamalambing, matalino, at kalog.

JC: Ganun?

TD: Lagi ako nung sinasabihan nung nililigawan ko pa lang, na baka di ko siya kayang pakainin ng sapat. Baka daw siya pumayat sa piling ko. Ayaw daw nya magutom. At baka daw maliit lang ari ko at sa taba nya eh hindi pumasok. Ganun yun kaloko!

JC: Hahaha! So pinatunayan mo?

TD: Eh naging asawa ko nga eh.

JC: At napakain mo naman ng sapat?

TD: Kaya ako nag-Saudi ng dalawang taon. Driver ako ng car carrier. Nagde-deliver ako ng mga kotse. Mga walo ang dala ko. May BMW pero kadalasan Toyota. Mag-isa ako. Walang pahinante dun na kasama. Hindi uso.

JC: Mahirap ba bumiyahe dun?

TD: Dere-derecho lang. Pag umalis ka nang umaga, minsan bago ka lumiko gabi na.

JC: Eh pano kayo nagse-sex ni misis?

TD: Sa Skype. May laptop ako. Minsan nga sa truck ko eh. Basta may signal.

JC: Hahaha! Exciting!

TD: Mahirap sa kwarto kasi may mga kasama eh.

TD: Ang strikto kaya dun. Kahit mahulihan ka lang ng bold na litrato, bukod sa multa na three thousand riyal, kulong ka pa ng isang buwan.

JC: Aray!

TD: Pati sa oras mahirap. Katulad ngayon alas siyete tayo ng gabi. Doon alas dos pa lang ng hapon. Pero pag taglibog ka na hind mo na rin mapigil eh.

JC: Hahaha! Iba talaga ang alindog ni misis ah.

TD: Sabagay kanya-kanya yan. Pero para sa akin, ang sarap makipag-sex sa mataba. Iba talaga eh. I am sure alam ng boyfriend mo yan. Para sa amin, kayong majujuba ang tunay na delicious!

JC: Naman, Kuya! Naman!

Source link: http://manila.coconuts.co/2015/02/10/kwentaxi-juana-c-delicious

Red Means Stop

February 18, 2015 / 13:05 PHT

This week, she hires a driver who gets caught beating the red light.

Juana C: Kamusta naman biyahe, Kuya?

Taxi Driver: Imbes na pauwi na lang eh, ngayon tuloy kailangan ko pa ng mga tatlong pasahero. Imbes na alas tres nasa bahay na ako, ngayon tuloy mga alas-sais na ako nito makakauwi. Tsk Tsk!

JC: Anyare?

TD: Nahuli ako. Kumanan ako kahit red light.

JC: Nagmamadali?

TD: Yung pasahero ko kasi limang minuto na lang daw male-late na sa call center na pinagtatrabahuhan nya. Naawa naman ako.

JC: Ah, nagmagandang loob ka?

TD: Hindi ko akalaing may nagtatagong mga buwaya dun. Eh tiyempo kanina. 11:30 na, kaya gutom na mga yun.

JC: Naglagay kayo?

TD: Nagtanong lang naman ako kung pwedeng makiusap. 71

KWENTAXI by JUANA C

JC: Ansabe?

TD: Eh ano ba daw ang areglong gusto ko.

JC: Aber. At ang sagot nyo ay…

TD: Sabi ko pagpasensyahan na yung PhP300.

JC: PhP300?

TD: Laking abala kaya yung pagtubos ng lisensiya. Nakatipid na ako dahil PhP750 talaga yun. Buti nga hindi reckless driving. May seminar yun.

JC: Kasi nga, red means stop!

TD: May taon din naman na wala akong violation ha.

JC: Mag rewind pa talaga?

TD: Nairita pa nga yung pasahero ko sa akin eh. Lalo daw syang male-late. Eh ginawa ko nga yun para sa kanya. (*Sabay hipo sa krus ng rosaryo na nakasabit sa rear view mirror.*)

JC: Uy! Hinipo mo si Jesus.

TD: Eh ni hindi na rin ako makasimba sa kakatrabaho. Kaya nagsa-sign of the cross ako madalas.

JC: Whew! Mamà, para.

TD: Akala ko ba sa Cash and Carry ka, eh Shopwise pa lang yan.

JC: Nagbago ang isip ko.

TD: Di bababa ka na dito?

JC: Oo dito na, now na. At ito ang payo kong hindi mo hinihingi: Red means stop, may pagtulong na di nakakatulong, bawal ang maglagay, at hindi nakukuha si Lord sa palusot at pahimas-himas!

Source link: http://manila.coconuts.co/2015/02/18/kwentaxi-juana-c-red-means-stop

Patapon

February 24, 2015 / 11:40 PHT

This week, she meets a driver who was asked to leave Davao by its mayor.

Taxi Driver: Maguindanao is a province of the Republic of the Philippines. Hindi ka pwedeng magtago dun at hindi ka huhulihin. Huhulihin ka. Wanted ka eh. Hindi lang Malaysian ang nakatago diyan, may mga Arabo pa diyan. May mga Saudi na wanted diyan. May Yemeni din na wanted na kinakanlong nila kasi meron silang link with Al-Qaeda and ISIS. Duon sila kumukuha ng financial support.

Juana C: Easy, Kuya. Marubdob na marubdob ang damdamin natin ah.

TD: Then yung mga rifle na binalik, kulang na ng mga piyesa. Walang night vision apparatus na sinauli. Walang Kevlar na sinauli, kasi magagamit nila yung Kevlar na yun. Yung mga important components ng M-4 wala na rin. Tinanggal nila kasi pwede nilang malipat yun sa armas nila.

JC: Tigasan ka ba, Kuya? I mean, taga-saan ka, Kuya?

TD: Davao. Tatakbo na yung mayor namin.

JC: Di ba may sakit yun?

73

TD: Ewan! Tatakbo daw siya kasi isasalaba nya yung Pilipinas!

JC: Isalba daw saan?

TD: Isa pa rin praning yung hayop na yun. Hahahaha!

JC: Hahaha! May amats din?

TD: Di ba na-interview siya diyan sa Senate. Tinanong siya, "What will you do if Danny Ang will come to Davao and do smuggling?" Sagot nya, "If Danny Ang will come to Davao and do smuggling, I will gladly kill him." Nasa Senado ka, sasabihin mo iyan. Ito namang mga senador na luku-luko tawa nang tawa. Di ba mga sira-ulo rin?

JC: Honesty is funny in the Philippines.

TD: Talagang may death squad duon sa amin.

JC: Open secret.

TD: Kaya disiplinado mga tao sa amin. Si Digoy umiikot iyan. Pag nakita nya yung pulis nasa aircon at natutulog, kinabukasan sa Basilan na yun naka-assign.

JC: Hahahaha!

TD: Pag nagkabuhul-buhol ang trapik tapos nakita nya yung pulis nagkukwentuhan, kinabukasan sa Jolo ka na maa-assign.

JC: Lufet!

TD: Di ka pwedeng hindi ka sa smoking area magyoyosi.

JC: O ngayon, nag-announce na na tatakbo ng 2016 for president, iboboto mo?

TD: Boto ko na lang kesa si Binay!

JC: Sa mamamatay tao tayo?

TD: Hindi kurap ang tao na yun.

JC: Mamamatay tao lang! Hahaha!

TD: Isa na ako dun.

JC: *(Napalunok.)* Ikaw?

TD: Noon, pumupunta kami ng Sultan Kudarat, Maguindanao. Humahanap kami ng baril na mura. Dadalhin namin sa Davao para ibenta. Natiktikan kami. Pinatawag kami ni Duterte.

JC: O, tapos?

TD: "Kayo, iyang mga baril na binebenta nyo, ang tamaan niyan kasalanan nyo. Tigilan nyo na iyan, ha? Saan nyo gustong lumipat? Bibigyan ko kayo ng pamasahe, bapor lang. Pero 24 oras lang. Walang samaan ng loob. Pinagbibigyan ko na kayo. Kundi lulutang kayo diyan sa Bangkerohan."

JC: Ganun lang ang bitaw sa iyo ha?

TD: Sagot ako, "Sa Manila sir." Empake kami agad. Labas kami ng Davao. Pumunta kami ng Butuan. Doon kami sumakay na limang magpipinsan.

JC: Ayos!

TD: Maganda naman yung palakad nya.

JC: Hahaha!

TD: Kung drug pusher ka, mas hindi ka pagbibigyan. Pag user ka ipapa-rehab ka. Dun sa libre. Ipakukulong ka nya ng mga 6 na buwan.

JC: Anong taon nangyari ito sa iyo?

TD: Tagal na. Unang pagka mayor pa nya. Twelve years ago. Di ba papalit-palit lang naman iyan sila. Three terms siya. Tapos three terms yung anak.

JC: Killer na, political dynasty pa. Pak! Kuya, saan ka nag-aral? Tunog nagtapos ka eh.

TD: Central Mindanao State University sa Bukidnon, agriculture natapos ko.

JC: Eh bakit ka naman napunta sa gun dealing?

TD: Walang trabaho eh. Biruin mo yung .45 na baril bibilhin ko ng PhP10-15 thousand. Mabebenta ko ng PhP45 thousand. Baby armalite bibilhin mo ng 20, bebenta mo ng 50-60. Kung maka lima ka?

JC: Ah! Easy money!

TD: Mantakin mo naman ang kita!

JC: Ayun! Kesa mag-agriculture. Hirap kaya magbungkal ng lupa.

TD: Totoo man yung mga bala ng Ampatuan, nakalagay, "Property of the Republic of the Philippines, AFP." Pwede ka man bumili ng bala sa kampo. Yung in-charge sa armory, pagbibili ka ng limang kahon, ipupuslit nya yun nang madaling araw. Iyan naman ibebenta mo dun sa mga Muslim. Mahal ang benta. Pero ngayon hindi na kasi gumagawa na sila ng bala, gumagawa na sila ng baril. Noon, wala silang ganun.

JC: Talaga ha?

TD: Yung mga armas ng SAF mahal yun. M-4 yun. Mga 100k-plus isa nun. Di mo mabibili iyun. Walang nagbebenta pa nun. Dala iyun ng mga sundalong Amerikano sa Balikatan. Bigay.

JC: Kaloka kwento mo, Kuya. At talagang iboboto mo pa rin si Duterte ha? Final answer?

TD: Ayos iyan si Digoy.

JC: Kasi mga masasamang tao lang ang pinapapatay nya? At dapat lang silang mamatay? Hindi na natin kailangan ng batas kasi meron na tayong Duterte!

TD: Hahaha!

JC: At pag presidente na siya ng Pilipinas, saan na itatapon ang mga magkakasala sa kanya?

TD: Iyan ang tanong.

Source link: http://manila.coconuts.co/2015/02/24/kwentaxi-juana-c-patapon

Langit at Impyerno

March 3, 2015 / 16:18 PHT

This week, she meets a driver who has been to heaven, hell and back.

Taxi Driver: Saan po, Ma'am?

Juana C: Sa langit, Kuya.

TD: Haha! Sama ako diyan Ma'am.

JC: Oo ba! Lipad tayo. Terminal 2 powz.

TD: Alam nyo, takot ako lumipad.

JC: Bakit naman?

TD: Takot sa pamasahe. Hehe! Siguro kung mamatay na, makakalipad na ako.

JC: Hahaha! Biyaheng langit?

TD: Kung may langit.

JC: Ano sa tingin mo, Kuya, meron?

TD: Meron ah! Yung andito narating ko na kaya.

JC: Pasay o Pasig? Hahaha!

TD: When I visit the passing of the baby.

JC: Again again, Kuya.

77

TD: Tuwing dinadalaw ko ang daanan ng baby.

JC: Bwahaha!

TD: Langit yun, di ba?

JC: Amen, Kuya. Amen! Eh ang impyerno narating mo na rin?

TD: Mas madalas ako dun.

JC: Hulaan ko, Kuya, huwag mo muna sabihin ha?

TD: Sige! Bigyan pa kita ng clue?

JC: Siyempre! Gimme a vowel.

TD: Ano?

JC: Sa ating alpabeto, sila yung A, E, I, O, U.

TD: *(OA sa pagbigkas)* Ali V O W E L! Naguluhan ako kasi may "gimme" eh.

JC: Sorry, sorry!

TD: Dalawa ang vowel.

JC: Hmmm... impyernong may dalawang vowel.

TD: Sirit?

JC: Sus! Alam ko na!

TD: Saan?

JC: EDSA.

TD: Pwede!

JC: Hindi EDSA?

TD: Kulang ang sagot mo, eh. May mas tama pa dun.

JC: Ano?

TD: Trapik!!!

JC: Hahaha! At look, Kuya, nasaan tayo ngayon?

TD: Sa impyerno!!!

JC&TD: Bwahaha!

Mga Pasaway

March 10, 2015 / 13:21 PHT

This week, she meets an honest driver who keeps attracting bad passengers.

Taxi Driver: Naku grabe yung pasahero kong babae. Bangag na bangag nung sumakay sa akin.

Juana C: Pano nyo naman nasigurong bangag?

TD: Eh hindi naman amoy alak eh. Pero panay ang sabing gusto na daw niyang mamatay. Paulit-ulit, "Kuya, gusto ko na talagang mamatay. Gustung-gusto ko nang mamatay, Kuya."

JC: Di kaya may sayad?

TD: Hindi ko naisip yun ah. Pero hindi naman. Siguro kung tumagal pa, dun na papunta. Hahaha! Ang gandang babae. Mukhang artista. Maamo. Makinis. Mga 21-22 years old yun malamang.

JC: Oh, tapos…

TD: Pinakanan ako, eh papunta palang dead end. Ang takot ko nun, baka magwala tapos sabihin ni-rape ko siya.

JC: Uy! Baka yun ang wish mo, Kuya. Di kaya? Hehe!

TD: Natakot ako talaga. Hinatid ko sa Talayan sa QC. Mayaman. Ang laki ng gate ng bahay. Natataranta yung guard ng bahay nya nung makita siya eh. Dami kasing bitbit. Halos mabulol sa amo nya. Natapon pa kamo yung Coke nya sa taxi ko pagbaba nya. Haaay!

JC: Perwisyong pasahero.

TD: Oo eh, sana nagmamaneho lang kami at wala nang kaba pa habang naghahanapbuhay. Yun sabay eh. Nag-tip naman ng dalawang daan. Bayad siguro sa kunsumisyung binigay nya sa akin.

JC: Lugi pa rin kayo. Di nyo yun kailangan. Kung PhP2,000 pa siguro naging tip, sulit! Hehe! Buti na rin kayo ang nakuha. Swerte nya. Kung ibang hayok yun, sa ganda nya pwedeng nahalay pa yun sa dead end. Haaay!

TD: Oo nga noh! Pero mas kawawa yung kwento ng isang kasamahan kong driver.

JC: Ano naman kwento nya?

TD: Yun naman nakasakay ng lalaki. Maayos ang pustura. Nag-request sa kasama ko na tumabi sandali sa bilihan ng gulong. Sumunod naman kasama ko.

JC: Tapos…

TD: Bumalik yung mamà. Humiram ng PhP1,500 sa kasama ko at kinapos daw yung pera nya. Sa bahay na lang daw nya babayaran. Buo ang tiwalang nagbigay yung kasama ko. Natatanaw naman nya yung tindahan ng gulong eh.

JC: Tapos sa isang iglap nawala yung mamà, kasama ang PhP1, 500 nya, ano?

TD: Sinabi mo! Ang laki ng galit nya sa sarili nya noon eh. Bakit daw ni hindi sumagi sa isip nya na tatakbuhan siya nung pasahero nya.

JC: Imbes na iuuwi sa pamilya ang pera, sa gagong yun pa napunta.

TD: Ako pala, may isa pang kwento. Sa load naman.

JC: Go Kuya!

TD: Nawalan ng load ang pasahero ko. May importanteng tatawagan lang daw siya, kaya hiniram cell ko. Eh nung sinabi kong low-batt na ako, humiram muna ng PhP300 na pang-load sa akin. At pinahiram ko naman.

JC: Tapos bumaba at tumakbo din?

TD: Hindi! Bumalik! Kaso kinain daw yung ni-load niyang PhP300. 'Wag daw ako mag-alala at babayaran pa rin naman nya.

JC: Tapos…

TD: Dahil emergency daw yung tawag, nag-request na yung telepono ko ang load-an ng PhP30.

JC: Baka kainin ulit pag phone nya? Chos!

TD: Oo! Sa awa ko at mukha talagang desperado, di pinahiram ko phone ko.

JC: Hahaha! Alam ko na ang ending. Tinakbo pati phone mo!

TD: Hahaha! Ganun na nga ang masaklap kong kapalaran.

JC: Aray!

TD: Hindi pala lahat ng mabuting gawa sa kapwa ay tama.

JC: Tomoh!

Source link: http://manila.coconuts.co/2015/03/10/kwentaxi-juana-c-mga-pasaway

Dalawang Kain

March 17, 2015 / 13:15 PHT

This week, she meets a driver who explains how the PhP10 flag down rollback affects the drivers and their families.

Juana C: Kuya, malaki ba epekto ng pagtanggal ng sampung piso sa flag down mo?

Taxi Driver: Mula umaga hanggang ngayon, alas singko na, lahat ng sumakay sa akin nagbawas talaga ng sampung piso sa bayad nila.

JC: Hindi mo inaasahang kukunin pa ng pasahero yung sampu?

TD: Ibig sabihin, lahat ng sumasakay ng taxi alam na yung kaltas. At saka siguro, mahirap talaga buhay madam.

JC: Ako rin, ramdam ko ang hirap ng buhay. Natuwa nga ako sa bawas, eh.

TD: Mahalaga sampu sa inyo. Isipin nyo rin kung ilang sampu nawala sa aming mga taxi driver.

JC: Ang mga pasahero din ho, iniinda ang iba pang tumataas na presyo ng mga pagkain, kuryente, tubig, pasahe, tuition, etc.…

TD: Kung sa tatlumpung pasahero sa beynte-kuwatro oras kong biyahe, magkano na yun? Mga dalawang kain na yun ng pamilya ko.

JC: Mga 300 yun.

TD: Bigas at ulam namin yun. Biruin mong inalis sa amin, dalawang kain din.

JC: Malaki rin naman ang binaba ng gasolina di ba? May panahong guminhawa din kayo.

TD: Umaakyat baba din naman. Sana kung nakaplasta ang presyo. At saka ang operator, hindi apektado yan. Kami lang.

JC: Pareho pa rin ang boundary?

TD: Oo! Tsaka kahit gusto mong kumayod nang mas matindi para habulin ang 300, kung hindi ka pagagalawin ng trapik, talo ka pa din. Ano bang buhay ito? Dapat pagsisibakin yang mga nakapwestong hindi nakakatulong para solusyunan ang problema ng trapik.

JC: Gusto mo bigyan kita ng itak?

TD: Hahaha! Tawa na lang tayo madam. Buti kaya ng taong tumawa pa rin, ano?

JC: True ka diyan.

TD: Eto pa kamo. Nung isang araw imbes na AM ang pindutin ko sa alarm ko, PM pala napindut ko. Kung hindi kinatok ang bintana ng taxi ko nung kaibigan kong driver sa Shell station, di ako magigising. Pagod siguro ako. Sabi, "Huy pare magliliwanag na." Yung isang oras ko lang dapat na ipapahinga naging mga halos lima.

JC: Hala! Eh di kinapos sa boundary.

TD: Pinagdududahan pa kamo ako ni misis. Siguro daw nambababae na ako.

JC: Hahaha!

TD: Imbes kasi na isang libo na budget ang ibigay so kanya, PhP300 lang naiabot ko.

KWENTAXI *by* JUANA C

JC: At least, naipahinga nyo ang katawan niyong hapo sa trabaho. Anong paliwanag nyo kay misis?

TD: Sabi ko, "PhP600 na babae? Ang mahal naman nun! Kahit si Anne Curtis pa magmakaawa sa akin, Rosa pa rin ako!"

JC: Nakasagot pa si Rosa?

TD: Tawa kamo nang malakas sabay isa pang batok sa akin bago naghain ng paksiw.

JC: Hahaha! Buti na lang talaga marunong tayong tumawa.

Source link: http://manila.coconuts.co/2015/03/17/kwentaxi-juana-c-dalawang-kain

World at Cord, Winner!

March 24, 2015 / 17:11 PHT

This week, she meets a taxi driver who is very happy with his employer.

Juana C: Bakit kanyo kayo masaya?

Taxi Driver: Matino ho operator ko ngayon. PhP1,450 lang ho boundary ko. May pa-SSS at Pag-ibig din ho at pa-raffle.

JC: Taray! Marami na rin akong nasakyan kadalasan yung ganitong klase ng taxi PhP1,500 o PhP1,600 ang boundary sa beynte-kuwatro oras. At ni walang SSS o Pag-ibig. Sino ba operator mo, papa?

TD: World at Cord. Isa lang ho may-ari nun.

JC: Ano yung pa-raffle?

TD: Tuwing katapusan po, lahat kaming mga driver excited. Nagpapa-raffle po ng pera sa aming mga driver kada katapusan. Isang PhP1,500; dalawang PhP1,000; limang PhP500; limang PhP250. Tapos maraming tig-iisang daan.

JC: Wow! Siguro mga at least PhP10,000 a month binabalik ng operator nyo sa inyong mga driver.

85

TD: Opo! Basta wala ka lang pong absent. Pag may absent, hindi kasali sa raffle. Kaya po kami, puro masisipag pumasok. At saka din po, may kalahating-kabang bigas kada buwan ang walang absent.

JC: Huwaw!

TD: Dati ho akong MGE. Duon ho, pag hindi ka kumpleto sa boundary, iiwan mo lisensya mo.

JC: So paano ka magmamaneho?

TD: Babayaran mo muna utang mong boundary. Eh para mabayaran mo, siyempre dapat makapagmaneho ka di ba? Sa kanila tutubusin mo muna. Eh kung walang perang pantubos yung tao? Paano nya mababayaran, di ba? Di lalong hindi makakabiyahe. Hindi puwedeng sa susunod mong biyahe bawiin pambayad sa kulang mo. Kaya kawawa yung mga drayber dun.

JC: Ang lupit! Ididiin ka talaga, ano?

TD: Pinasuntok nga ako dun ng retired na pulis, eh. Kinampihan ko kasi yung bisayang mga drayber na kinunan ng lisensya. Nangatwiran ako, sabi ko, "Maawa naman kayo." Eh kamag-anak pala nung nagpapalakad yung kausap ko. Ayun! Nai-report ako. Isang araw habang umiinom, kasi pwedeng uminom sa loob eh, pinagsusuntok ako. Dahil mabait naman ako dun, may kumampi sa akin, tinulungan ako. Pinalo sila ng bote. Sila nga kawawa, kaso kaming tatlo ang nakulong. Bayad pa kaming tatlo ng tig-apat na libo.

TD: Oho! Daming taxi nun. Mga 500.

JC: 500. Driver ang nagdurusa dun. Eh itong minamaneho nyo sino may-ari? Ilan ang taxi nya? Bakit ang babait nila?

TD: Mga halos 200 ho taxi nya. Dati ho siyang pulis. Masipag din. Galing sa hirap.

JC: O ha! Pulis na may malasakit at pa-consuelo sa mga tao nya. Hindi suwapang. Marunong magbahagi ng kita. Winner!

TD: Kami rin po—yung kapag nakaka-iwan mga pasahero namin ng pera o gamit sa taxi, sinasauli namin.

JC: Sana mas madalas pa akong makasakay sa World at Cord taxi. Mabuhay po kayo!

Source link: http://manila.coconuts.co/2015/03/24/kwentaxi-juana-c-world-cord-winner

Naging Kami

March 31, 2015 / 12:44 PHT

This week, meet a taxi driver who had an affair with a male passenger.

Juana C: Kainis! Pangit ng ugali! Che!

Taxi Driver: Madam, Holy Week na po. Bakit mainit ang ulo nyo?

JC: Bawal ba magalit porket Holy Week?

TD: Pinapatawa ko lang kayo. Relax!

JC: Na Lunes-Santo ako ng bwisit na drayber na yun. Pinaupo muna ako sa loob bago sinabing ayaw nya akong ihatid sa Makati. Sana bago ako pumasok di ba? Ngayon pa talagang masakit ang tuhod ng lola mo. Haay! Anyway, salamat, Kuya, at tinanggap mo ang beauty ko. 'Sensya na, ha? Sorry powz!

TD: Magaan ang dating nyo sa akin kahit galit kayo.

JC: Owz! *(Sabay pikit-bukas ng mata nang mga five times.)* Why naman?

TD: Huwag kayo magagalit, ha? Puwede ba ako magkwento sa inyo?

JC: Ay oo, oo naman! Yan nga ang hinahanap ko eh, kwento!

TD: Nangyari na ito sa akin, eh. May naging pasahero ako dati na di rin pinasakay. Papunta siya ng Music Museum nung pinara nya ako. Nagmamadali dahil may show pala siya duon nung araw na yun.

JC: Ah! Hehe! Tagasalo ka pala ng mga maiinit ang ulong pasahero. Napapakalma mo kami.

TD: Naging kami!

JC: Bwahahaha! Ayos ang segue mo, ah. Talaga? Anyare?

TD: Nung nasilip ako sa salamin, kamukha ko daw si Robin Padilla!

JC: Bakit di ko napansin yun. Patingin nga. *(Sabay sulyap ang beauty ko sa salamin.)*

TD: Hahaha! Ilang taon na ho nakaraan. Hindi na siguro ngayon. Bigla ko lang talaga siyang na-miss pagsakay nyo.

JC: Lakas naman ng dating sa 'yo ng pasahero mong yun.

TD: Nag request siya na ako din sumundo sa kanya pagkatapos ng show nya. At yun ho ang ginawa ko.

JC: Inantay mo?

TD: Oho! Yun ang naging umpisa ng maiksi, masaya, at may lalim din naman naming pag-iibigan. Naks!

JC: Naks na naks! Kuya, ang drama mo. May tamang senti ka talaga sa kanya?

TD: Parang ganun. Never po kami nag-away nun. Pramis! Ang bait at napakasayang kasama.

JC: Ikaw na, Kuya!

TD: Hindi ko nga alam kung bakit at papano ako napa-oo nun na ihatid ko siya sa Pampanga, eh.

JC: Di ba ang pag-ibig habang pinapaliwanag lalo lang nakukumplika? Dapat ang love ine-experience at nagpapapaka-totoo lang. Naks! Ayan nahawa na ako sayo.

TD: Nasaan na kaya siya ngayon?

JC: Baka nasa ibang taxi lang. Joke!

TD: Kasi nag-Dubai na siya. Madam Juana, hindi na ako mahihiya sa iyo ha?

JC: Kanina pa naman di ba? Hehe! Gow Kuya! Ilabas mo na yan.

TD: Ang sarap nya ka-sex. Sa mga parking lot na walang tao kami nagyayarian.

JC: Watch your mouth, Kuya. You are talking to a lady. Yarian talaga? Holy Week na kaya. Char! So I guess masarap siya at magaling.

TD: At malaman at singkitin din tulad mo.

JC: (*Napaubo ako.*) Kuya, bawal ang karne ngayon. Umayos tayo.

TD: Hahahaha!

JC: Haba ng hair nun, Kuya, ah. Para maalala at ma-miss mo siya nang ganyan.

TD: Martin ang pangalan nya. Martin Panting. Ang linaw ng mukha nya sa akin ngayon, pramis!

JC: Saan ka man ngayon Martin, sana mabasa mo ito at ramdamin ang pagmamahal ni Kuya Robin sayo! Para kang latay kung umibig, nagmamarka ka! Ikaw na teh, ikaw na!

Source link: http://manila.coconuts.co/2015/03/31/kwentaxi-juana-c-robin-padilla

Pinagsalpok ng Tadhana

April 7, 2015 / 19:02 PHT

This week, she meets a driver who tells her about a harrowing accident that involved a drunk man who crossed the road he was driving on.

Juana C: Mga bata wagas kung magtakbuhan sa kalye. Itsurang playground nila ito, ha? Kayo ba, Mamà, nakasagasa na?

Taxi Drayber: Hindi ko po nasagasaan. Nabundol ko.

JC: Ay! Trulili?

TD: Maulan nun, gabi, sa Roxas Boulevard. Galing ako ng Libertad. Taong 1986. Pauwi na sana.

JC: Drama ba ito, Kuya? Horror? Na-tense ako bigla.

TD: Malayo pa ako, nakita ko na yung mamang nakatayo sa gitna ng island.

JC: Parang yung mga bata lang kanina.

TD: Island yun, bawal siya dun. Mga trenta años siya. Di na bata.

JC: Gumagawa na ng bata. Eh bakit kaya siya nandun?

TD: Grabe iyak ng gulong ko. Kung kelan ako malapit, tsaka naman siya tumawid.

JC: Suicidal?

TD: Pareho ho ba yan ng suicide?

JC: Yun nga ho! Hindi siguro happy. Gusto nang mategi. Gusto ng ending. O lasing?

TD: Lasing na lasing.

JC: Yun na!

TD: Putlang-putla daw ako hanggang presinto sabi nung pulis. Pinuntahan pa ako ng mga kamag-anak sa bahay ko.

JC: Ano ho gusto?

TD: Nagtanong lang naman kung tutulong ako. Kako, isang kahig, isang tuka ako. Nakita nila bahay ko. Saang kamay ng Diyos ako kukuha ng itutulong? Laking perwisyo sa utak ko ang nangyari.

JC: Siguro ho salat din sa buhay.

TD: Ganun nga ho. Mahirap din tulad ko. Kaya nga ako naghahanapbuhay at di nagbibisyo. Kami pa talagang dalawa ang pinagsalpok ng tadhana. Halos ka-edad ko siya nun.

JC: Ano epekto sa inyo?

TD: Nagmaneho ho ako agad. Nilabanan ko takot ko. Kailangan kong buhayin pamilya ko. Kahit naman ho kasalanan nya, sa gabi sa pagtulog ko, tinatanung ko pa rin sarili ko kung baka dapat may nagawa pa ako para umiwas eh. Na baka kasalanan ko din.

JC: Ramdam kita, Kuya. Halos 30 years ago na pala yun.

TD: Tatlong araw siya sa ospital bago siya namatay. Dahil sa mamang yun, naging lalo akong maingat sa manibela.

JC: Salamat sa kwento, Mamà. Maiksi ang buhay.

Source link: http://manila.coconuts.co/2015/04/07/kwentaxi-juana-c-pinagsalpok-ng-tadhana

Pulis Uber

April 14, 2015 / 13:22 PHT

This week, she orders an Uber and gets a handsome driver, who happens to be a police officer, too.

Kapansin-pansin ang namamagang dibdib at tigas ng mga muscle sa braso at kamay na nakakapit sa manibela. At ang sarap tingnan ng mukhang nakapatong sa balikat ni Kuyang mga nasa Ilebo trenta ang edad. Nakakatuyo ng lalamunan ang hapit na polong nagpupumiglas sa laki ng kanyang braso. Inilunok ko na lang ang aking pagnanasa.

Juana C: Hi Kuya! Ang kyot-kyot mo.

Uber Driver: *(Nag-smile lang siya sa akin.)*

JC: Kuya, tama na ang pagpapapalaki ng dibdib. Maawa ka din sa mga butones ng polo mo. Pag nalubak tayo, tatalsik ang mga yan at lalabas na ang mga nipple mo. Ikaw din. Ikaw ba ang owner ng Innova na itech?

UD: Opo Ma'am. Hinuhulugan ko ng PhP 21,000 a month. Pero part time lang ako dito.

JC: Saan ka full time? Trainor ka siguro sa gym ano?

UD: Police Officer 3 po ako sa PNP.

JC: Ay! Pulis by day, driver by night. Luveettt!

93

UD: Under schooling po ako ngayon. Pag naipasa, pwede na po akong maging senior police officer.

JC: At may ambisyong umasenso. Anong inaaral mo, Kuya?

UD: JLC po, Junior Leadership Course.

JC: Eh ano naman ang masasabi mo sa SAF 44? Sa Mamasapano?

UD: Tingin ko, di nakakalas ang Commander ng SAF. Natali sa utos ng suspended chief ng PNP.

JC: Kasi naman ang presidente mo, dami namang puwedeng utusan, yung suspendido pa pinili.

UD: Bata-bata kasi, kaya nagkagulo. Takot ding mawala sa serbisyo.

JC: Kasi dapat di nalilito kung sino ang pinagsisilbihan, di ba?

UD: Oo, Ma'am, pero hindi ganun kadali yun. Pinupulitika kasi. Wala pa ngang Chief PNP. Kung di bibitaw si Purisima, di siya puwedeng mapalitan, kasi hindi puwedeng dalawa ang four-star general. Wala pa yata siyang 56.

JC: Dapat yun ma-dismiss.

UD: Yun, Ma'am, kung ma-dismiss siya, puwede.

JC: Sabay tayong mag-pray, Kuya. Halika at mag hawak-kamay tayo para sa bayan.

UD: Ma'am, palabiro kayo.

JC: Actually serious ako. Akin na kamay mo, dali. Holding hands tayo habang nagdadasal. *(Sinilip ko mukha ni Papa, este, Kuya, sa salamin, di maka-react.)* Kuya, joke lang. Gusto mo ba talaga maging pulis? I'm sure mas malaki kita mo sa pag u-Uber kaysa sa pagiging pulis.

UD: Sa average na limang oras kong pagmamaneho sa isang araw, nakaka-PhP40,000 ako sa isang buwan dito sa Uber, Ma'am.

JC: At sa pagpupulis?

UD: PhP 28,000 po kada buwan.

JC: PNP o Uber?

UD: Wala naman hong kadudadudang PNP pa rin, Ma'am.

JC: Why?

UD: Pangarap ko po talagang maging pulis. At hindi naman po kayo nawawalan ng pag-asa, Ma'am Juana, di ba?

JC: May tama ka naman.

UD: Yes Ma'am! We will change!

Source link: http://manila.coconuts.co/2015/04/14/kwentaxi-juana-c-pulis-uber

Walang Kwenta

April 22, 2015 / 17:04 PHT

This week, she and the driver agree that our government is useless.

Taxi Drayber: Hahaha, ano klaseng gobyerno meron tayo?

Juana C: Pakisagot na rin: Ano hong klaseng gobyerno meron tayo?

TD: Eh di walang kwenta. Walang kwentang gobyerno.

JC: Pak!

TD: Napansin nyo ba?

JC: Ang alin ho?

TD: Sa gobyerno ni PNoy, kay daming namamatay? Yolanda, yung sa Luneta, yung 44.

JC: Yung Zamboanga...

TD: Ala ey, ako'y di nagagandahan sa pamamalakad ni PNoy. Ano siya eh, mapaghiganti eh. Magaling mamulitika, magaling manisi.

JC: True. Boy Sisi!

TD: Pag nasilipan ka nya, titirahin ka nya. Pag mga kasamahan nya, di nya na inaano.

JC: Kalurkey!

TD: Sa tingin nyo, pagkatapos ng term nya, makakasuhan?

JC: Sure na sure. At dapat lang.

TD: Oo, kasuhan yan.

JC: Dapat lang. Kasuhan at ikulong.

TD: Ala ey, kung ano ang ginawa nya kay Gloria, pag minamalas-malas siya, aabutin din nya yun. Galing manisi. Hanggang sa katapusan ng kanyang termino ala ey, si Gloria sisisihin pa? Wala naman siyang naipakitang galing. Ano ba ang nagawa niyang mabuti para sa Pilipinas? Ala ey, wala!

JC: Meron namang kapiranggot, pero walang tunay na pagbabago sa sistema o sa buhay ng mga mahihirap at mamamayan.

TD: At yang ginagawang pagsuspindi kay Binay, politika ni Roxas yun.

JC: Hahaha! Ano pa nga ba! Mga Binay kapit-tuko rin sa pusisyon eh, noh! Si Roxas naman lakas pa ding umasa na may pag-asa pa siya sa 2016. Sana alam nya ang matagal na nating alam: wala na siyang kapag-a-pag-asang maging presidente ng Pilipinas!

TD: Hahaha! At siya din may pakana nung kay Binay eh. Hahaha! Ganti-ganti lang.

JC: Itumba na ang mga makakalaban sa 2016.

TD: Katakutan nila si Duterte pag yan ang kumandidato. Hahaha! Pag tumakbo magtayo na ng punerarya. Patay nang patay yun. Sa lahat ng krimen patay nang patay.

JC: Hahaha! Yan pala ang magandang negosyo pag siya mananalo ano, punerarya. Duterte sa 2016! Pag bad ka, Patay ka! It's more quiet in the Philippines! Hahaha! Ang mga tagakampanya nya, puro may-ari ng funeral palor. Ayos!

97

KWENTAXI by JUANA C

TD: Yang kay Binay naman, kung ako si Binay, at ako'y manalo, ala ey, bubweltahan ko yang si Trillanes.

JC: Isa pa yang ambisyosong froglet na yan na sispsip kay PNoy. Sarap guluhin ng hair nya noh. Kapal ng fez.

TD: Gusto niyang sirain nang sirain ang reputasyon ni Binay kasi ala ey may hangarin siya.

JC: Kurek! Mismo! Pak! Tumpak!

TD: Hahaha!

JC: Haaay! Lord, anong klaseng taong gobyerno meron kami?

TD: Ala ey, di mga walang kwenta. Pasasaan ba't ang tinanim nila ay siya rin nilang aanihin.

Source link: http://manila.coconuts.co/2015/04/22/kwentaxi-juana-c-walang-kwenta

Garden Taxi

April 30, 2015 / 15:44 PHT

A dear friend rode a taxi, got the driver's number and told him to expect my call. She told me na dapat ko siyang ma-experience. At dahil masunurin ako, I called up the driver immediately. Niyaya ko na ring mag lunch sa bahay bago ako nagpahatid sa UP.

Juana C: Richard bakit tinanggal mo pa sapatos mo? Ok lang naman kasi maalikabok ang sahig. Sa taas lang off limits ang shoes sa bahay ko. Halika sa kusina. *(At sumunod si Richard.)*

Richard: Ganito po kasi ako sa bahay. Ma'am, may tsinelas po akong nakita sa may hagdan, pwede ko ba hiramin yun?

JC: Sure sure! Go! *(Pagkasuot nya, nagsandok na ako ng ulam sa mangkok at nanuod sa akin si Kuya.)* Nga pala Richard, nilagang baboy ang ulam natin. Kumakain ka naman siguro ng baboy. *(At nginitian lang nya ako.)*

Richard: Okay lang po ako. Huwag kayo mag-abala.

JC: Hohemgee! Vegetarian ka?

Richard: Nag-iisda pa rin po ako. Pero 50% sa pagkain ko ay *raw*. For health reasons po.

99

JC: Idol! You na! Ok ba sa iyo ang bottled na sardinas?

Richard: Ay ok na ok po.

(Pagkakain namin, nauna siya sa akin para buksan na ang aircon ng taxi. At sa pagpasok ko ay nakita ko ang binida ng friend ko sa akin.)

JC: Wowowow!

Richard: Ma'am, welcome to my garden taxi.

JC: Wapak! Ngayon lang ako nakakita ng taxi na may garden sa loob. Flowers galore. Panalo!

Richard: Gusto ko kasing sorpresahin ang mga sumasakay sa akin.

JC: Success ang surprise factor mo kapatid. Mahilig ka ba talaga sa flowers?

Richard: Pinatotohanan ko lang ang apelyido ko. Basahin po nyo.

JC: Richard Bulaclac! Winner! Ehem. Kuya, huwag ka magagalit ha? Derechahan na, bading ka ba?

Richard: May asawa po ako at tatlong anak. May apo na rin po ako, isa.

JC: Uweno naman Richard. Si Jun Encarnacion may anak din.

Richard: Hahaha! Hindi po talaga.

JC: Pero na-experience ka na ng bakla? Aminin!

Richard: Never po.

JC: Kulit ko. Judgmental ako, noh? Pasensya ka na ha? Malisyoso lang talaga ako mag-isip sa kapwa ko minsan. Hehe!

Richard: Ok lang po. Marami nang nagsabi sa akin niyan. Ganito talaga ako. Masaya lang po ako pag gumagaan ang pakiramdam ng mga sumasakay sa taxi ko. Pini-picturan nila ang garden, kinukunan ang taxi ko sa labas at minsan nagpapa-selfie pa kasama ako.

JC: Parang ako. Hehe!

Richard: May mag-asawa nga ho eh, foreigner yung lalaki. Nag-aaway po sila sa labas. Pagpasok nagulat. Natahimik. Tapos, naaliw na sa mga bulaklak ko. Maya-maya bati na sila. Yan po ang nagagawa ng mga bulaklak ko.

JC: Tomoh! Surround na surround ang gaan ng feeling dito sa loob ng iyong garden.

Richard: Salamat po!

JC: Ang bait mo, Kuya. Am sure ang mga pasahero mong nakakaiwan dito ng anything sinosoli mo.

Richard: Lagi po. Nakapagsoli na po ako ng cellphone, wallet na may PhP10,000 at laptop. Hinahanap ko po talaga sila.

JC: Hindi ka sa media pumupunta?

Richard: Hindi po. Para sa cellphone, bumalik po ako ng airport. Sa wallet naghanap ako ng address sa ID at pinuntahan ko. At sa laptop binalikan ko yung opisina kung saan ko siya na-pickup. May konting abala po pero iniisip ko ang pag-aalala ng mga customer ko. Swerte at nakikita ko naman po sila. At masaya ako.

JC: Lalo na sila. Isa kang alamat Richard. Yan na siguro ang epekto ng mga bukaklak sa iyo. Deadma nang fake ang flowers pero naging mahalimuyak ang iyong pagkatao dahil masaya ka sa trabaho at tunay ka sa iyong pagpapasaya at malasakit sa iyong mga pasahero.

(At may pabaon pa si Richard sa akin. Look.)

O ha! Huwag na nating ipagpilitan. Hindi siya bading. And I believe him. I love you Richard! At sa lahat ng makakabasa nito, wish ko lang na ma-experience nyo si Richard sa kanyang garden taxi.

Photos: Mae Paner

Source link: http://manila.coconuts.co/2015/04/30/kwentaxi-juana-c-garden-taxi

Tinola with Love

May 12, 2015 / 13:59 PHT

This week, she meets a taxi driver who remembers Mother's Day by cooking for the mother of his children.

Taxi Driver: Madam, Mother's Day kahapon ah.

Juana C: May mga slight celebration, ikaw?

TD: Ako nagluto ng tinola. Paborito ng asawa ko yun, eh.

JC: Uy sarap naman. Paborito ko ring ulam yan. Lalo na pag patis pinang sangkutsa, tapos lasang-lasa yung luya, na may konting anghang ng siling haba, tsaka may atay. Tagaktak pawis! Panalo yan!

TD: Tama! Yung sa akin may balun-balunan din.

JC: Kumpleto! Pang Mother's Day talaga, ha. Ako nagluto din ng ginatan at biko para sa aking pamilya bilang isang akong dalagang inang malagkit magmahal—kumakapit. Chos!

TD: Ah, naanakan pala kayo?

JC: Ngek! Wala pa pong lumabas na sanggol sa akin. Ang ibig kong sabihin, dalaga po ako pero tumatayong ina sa mga kapatid ko. Kami po'y mga ulilang lubos.

TD: Marami kayong ganyan.

JC: Tumpak! At ang ka-Mother's Day ko naman kagabi eh mga bakla na mga ina rin.

TD: Mga baklang ina?

JC: Oo! Mga inang wala mang mga gatas sa dibdib ay gustong magpa-suso. May mga dibdib na puno ng pagmamahal sa kapwa at sa bayan. Oh, di ba ganun ang ina?

TD: Mas konti ata yan.

JC: Korek! At meron ding ina na may lawet!

TD: Ows? Babaeng may lawet? Sino naman mga yan?

JC: Hahaha! Lalaki siya actually. Pero turing nya sa sarili nya ay babae.

TD: Hahaha! Yan yung kabaligtaran ni Aiza? Babae ang turing nya sa sarili nya eh lalaki na. Ang gulo na ng mundo.

JC: Ang saya kanyo! Lalaking ina naman yun na may bilat. Hahaha! Saya! Mabalik tayo sa niluto nyo for Mother's Day. Kamusta naman celebration nyo sa bahay?

TD: Simple. Yung mga anak ko nagbigay ng bulaklak sa nanay nila nung hapon. Basta ako nagluto ng tinola at tsaka isdang pinirito. May cake din pero di pwede sa kanya. Diabetic kasi asawa ko.

JC: Pareho kami ng asawa nyo. Diabetic din ako. Sweet nyo naman. Madalas ba kayong magluto para sa kanya?

TD: Hindi! Mother's Day kasi, kaya pahinga siya.

JC: Sana pala once a week ang Mother's Day noh?

TD: Wag naman. Hahaha!

JC: Ano ho ang masasabi nyo tungkol sa ina ng inyong mga anak na kasiping nyo sa gabi?

TD: Walang tatalo! Sana lang ho una akong kunin ng Diyos. Hindi ko yata kakayaning mawalan ng asawang lubos ang tiwala at bilib sa akin kahit ganito lang ako. Mahina po kasi ako, malaki lang! Siya ang taga-buo lagi ng loob ko at ng mga bata. Sa kanya walang imposible.

JC: Kaya bilang pagpupugay kay madur….tinola with love!

Source link: http://manila.coconuts.co/2015/05/12/kwentaxi-juana-c-tinola-love

Mas Lalake pa sa Akin

May 19, 2015 / 11:20 PHT

This week, she meets a taxi driver who says he got hit on by a male passenger.

Taxi Driver: Malapad yung likod nya kesa sa sandalan. Lampas yung ulo nya sa silya. Laking mamà. Mga six-footer siguro.

Juana C: Guwapo?

TD: Taga [isang TV station] daw siya. Dun ko siya pinick-up.

JC: Guwapo?

TD: Maitim na malaki ang tiyan. Mga kulang kuwarenta yun.

JC: #alamnaangsagot

TD: Sa tabi ko umupo. Ang unang tanong nya sa akin, "Siguro, Kuya, marami ka nang naging chicks dito noh?"

JC: Anong sagot mo?

TD: Sabi ko, "Hindi ser. Hindi ko ginagawa. May dalawang anak ako, at tsaka may asawa."

JC: Char! Uliran?

TD: "Eh mga bakla, Kuya, nakatikim ka na dito," ginanun ako. "Mahirap ho kako yun kaya hindi pa," sabi ko.

JC: Pa? Binigyan mo ng butas si Kuya sa sagot mo.

TD: Tapos sabi, "Eh kung meron ser, gusto mo ba?"

JC: Yun na!

TD: Hindi naman ako kinakabahan kasi alam ko lalaking-lalaki eh. Sabi ko, "Naku ser, hindi pa. Pero depende siguro. Kung meron, bakit hindi?" Sinubukan ko lang siya nun. Sa loob-loob ko, siguro irereto ako nito sa bakla. Wala akong takot.

JC: Tange! Bakit ka naman sumagot ng ganun?

TD: Parang napilitan din ako eh. Alam ko naman na di siya bakla. Kung ireto man nya ako, imposible naman na may mangyari. May mga nag attempt naman talaga sa akin pero sa umpisa pa lang alam mo na talagang bakla. Ito lalaki eh.

JC: Hmmph! Napilitan o naintriga?

TD: Nagulat ako kasi pagsabi ko nun biglang nagbago yung boses niya. Naging babae. Nilagay yung kamay sa hita ko. Hinimas-himas.

JC: At nasarapan ka?

TD: Natakot kaya ako. Ang lapad ng kamao. Laking tao, bakla pala. Tapos sabi, "Sige na, Kuya, presyuhan mo na ako!" Boses babae yun ha.

JC: Na-imagine ko itsura nyong dalawa. Haha!

TD: Yung hita ko lang muna kasi parang nahihiya rin siya sa akin nung una eh. Sabi ko, "Ser, ano yan? Huwag po, Ser. Wag naman po."

JC: Hahaha!

TD: Tapos paikot-ikot lang kami. Ikanan mo dyan. Dead end pala. Ikaliwa mo dyan. Ikanan. Ganun.

JC: Hinihilo ka siguro.

TD: "Ser may ibang mga game diyan. Hindi ko talaga kaya ser. Kahit na wala po akong kita ser pero di ko talaga kaya." Tinatanggal ko kamay kaso ang lapad ng kamao. Mas lalaki pa siya sa akin eh. Dun ninerbyos na ako. Sa takot ko, hinayaaan ko na lang siya. Nung hindi ko na kaya yung nerbyos ko, dahil takot na takot na ako talaga, itinabi ko na yung taxi, "Sir wag naman po ser. Hindi ko ho talaga kaya ser. Kahit po talaga wala akong kitain."

JC: Tumigil?

TD: Naawa din, "Sige na nga. Wag na. Ipara mo diyan." Bumalik na sa lalaki yung boses. Yun pala napapaikot-ikot kami sa malapit lang sa bahay nya. Pamilya nya andun sa terrace. Yung asawa nya ang ganda-ganda. May anak na dalaga. Kamukha nung asawa nya. Yung anak niyang lalaki ang kamukha nya. Nag-kiss pa sila nung misis nya eh. Sabi nya, "Mommy penge nga ng barya dyan." PhP78 ang metro nya pero binigyan ako ng isang daan.

JC: Atlit may PhP22 na harassment tip! Hahaha! Salamat sa kwento mo, Kuya, ha?

TD: Yung bakla, silahis pala. Yan ang karanasang di ko malilimutan sa pagta-taxi.

Source link: http://manila.coconuts.co/2015/05/19/kwentaxi-juana-c-mas-lalake-pa-sa-akin

Jeic

June 3, 2015 / 09:24 PHT

This week, she orders an Uber car and is picked up by an 18-year-old driver on a summer job.

Juana C: Kuya, harap ka nga sa akin. Patingin naman ng fez mo. (*At agad-agad na lumingon si Kuya.*)

Uber Driver: Hello po!

JC: Hohemgee! Ang pogeeee mo naman. At isa kang sanggol. Ilang taon ka na ba? Phil Younghusband ikaw ba yan?

UD: Haha! Jeic po! Jeic Sarmiento.

JC: Ah, akala ko Cake Sarmiento! Ang yummy mo eh.

UD: Thank you po.

JC: Eighteen ka talaga? As in, *dies y ocho?* Ikaw na ang pinakabatang driver na na-experience ko.

UD: Seventeen pa lang po ako nagmamaneho na ako.

JC: Really? Nagmamaneho ka ng ano?

UD: Truck po!

JC: Truck??? As in 16-wheeler? Ganun? Sa mura mong edad na seventeen? Di ba child abuse yan?

UD: Tumutulong po ako sa daddy ko. Nagde-deliver po. May kasama naman po akong pahinanteng tagabuhat. Tumigil po kasi ako nung nagka-finacial problem pamilya namin. Desisyon ko po yun.

JC: Pano ka napunta dito sa Uber?

UD: Ngayon pong medyo nakakabawi na, binili po ni daddy itong kotse. Hati po kami sa kita. Mga tig-seven thousand po kami kada linggo.

JC: Hindi na masama di ba? May twenty-eight thousand pesoses ka every month. At eighteen marunong ka nang maghanapbuhay.

UD: Opo. Habang bakasyon. Tsaka pang tuition ko na din po.

JC: Katuwa ka naman. Ang sipag mong bata. May kapatid ka pa ba?

UD: Opo. May kuya po ako.

JC: Owz! Bagay kaya sa akin kuya mo? Pogi din tulad mo?

UD: Opo! Twenty-four po si Kuya.

JC: Ako 52! Tingin ko bagay kami.

UD: Pwede po, pwede!

JC: Hahaha! Good answer. Nag-aaral ka pa ba?

UD: Opo! Sa Adamson, IT.

JC: Bilib ako sayo bata. Kung katulad mo lang sana ang karamihan ng kabataan may liwanag ang bukas. Tapusin mo pag-aaral mo ha? At paki-kamusta mo na rin ako sa kuya mo. You know my number. Chos!

Photo: Mae Paner

Source link: http://manila.coconuts.co/2015/06/03/kwentaxi-juana-c-jake

Uber Ganda Babae!

June 11, 2105

This week, she orders an Uber car and is picked up by a single mother who recently lost her job in product engineering and believes in making it work!

Juana Change: Ay! Gurlalu na driver. Like. Hello teh!

Uber Driver: Hi Ma'am! Good evening po.

JC: Good evening teh.

UD: Kilala ko po kayo. At saka napanood ko po movie nyo.

JC: Really? You saw *Juana C. the Movie?*

UD: Opo!

JC: Teh, ikaw lang ang tanging kilala kong driver na nakapanood ng movie ko. Ilan kasama mo sa sine nung nanood ka? Flop kasi iyun sa box office eh. Hehehe! Matagal ka na bang driver?

UD: Bago lang po. Na-lay off po kasi ako sa work nung April 30.

JC: Anong work mo dati?

UD: Product engineer po ako sa isang semiconductor company.

JC: Huwow! Hebigats. Eh di ang laki ng sweldo mo dati?

UD: PhP90,000 po. Kaya ang laki ng pagbabago.

JC: Big change nga. Bakit ka na lay off? May ninenok ka ba? Sinaksak? Jinowa mo ba boss mo at nung sawa na siya sa iyo ginawan ka ng kwento para mapatalsik ka? Ano teh? I-share na iyan.

UD: Ha ha ha! Ma'am bumaba po kasi ang volume ng sales. Hindi na kumuha sa amin yung customer ng produkto.

JC: Owz! Owz I zee! Di ba may redundancy package ka dapat?

UD: Opo pero wala pa rin po eh.

JC: Sana sa lifetime mong ito maibigay.

UD: Naku sana naman po. Bagong kumpanya din po kasi iyun dito sa Pilipinas. Three years pa lang po ako dun kaya di naman din ganun kalaki. Eh may baby po ako.

113

JC: Araykupowz! Ilang taon?

UD: Seven months pa lang po.

JC: May asawa ka?

UD: Single mom po.

JC: Immaculate conception? Hehe!

UD: Hiniwalayan ko po. Nananakit yung tatay ng anak ko.

JC: Pakshet! Gago yun ah.

UD: Ang mga pasang binibigay nun sa akin pag ginugulpi ako sa mga parteng tago ng damit para di nakikita. Eh pangalawa na po ito, nakunan na ako nung first baby namin. Tagal ko pong hinintay na magkaanak. Baka mawala pa ulit. Kaya sabi ko sa sarili ko, "Stop na!"

JC: Berigud! Yan ang babae, nagde-disisyon. Sino nag-aalaga ng baby mo ngayon?

UD: Binilin ko po muna. Nakisuyo ako.

JC: Kanino?

UD: Sa kapitbahay ko po.

JC: Nyer! Why sa kapitbahay?

UD: Nahiya din po ako sa maid ko. Habang di ko pa kaya magpasweldo, pinabalik ko muna sa nanay nya.

JC: Laking sakripisyo ano?

UD: Sinabi nyo pa.

JC: Buti hindi ka hinahanap ng bayolenteng ex mo.

UD: Haay! Eh mukhang may anak din ata sa iba. Babaero po kasi talaga. May sinampa po akong kaso sa kanyang violence against women. Hindi ko na lang finollow-up kasi baka habulin pa yung baby ko.

JC: Kapal din naman ng fez nya kung may gana pa siyang guluhin ka eh siya na nga itong violent. Umayos siya noh! Che!

UD: Ha ha ha! Balita ko nga nabalitaan ng parents nya na may apo sila na iba pa. Parang interested yung grandparents sa anak ko.

JC: Anong may apo sila na iba pa?

UD: Actually, may naanakan na po siya dati at yung bata nasa parents nya.

JC: Juicekolord! Kawawang mga magulang. Buti naisip mong mag-Uber muna.

UD: Kaibigan ko po nag-suggest. Habang naghihintay na matanggap uilt sa trabaho, dito muna. Kaya nga hinahabol ko yung promo na 50 trips hanggang Sunday. Nakaka-32 pa lang po ako.

JC: You gow gow gurl. Kaya mong tapatan ang 90k sa sipag mo.

UD: Sana nga po! Saya din po kasi dami kong nami-meet na taong nakakatuwa sa pag u-Uber ko.

JC: Tulad ng?

UD: May isa po akong customer na nagtataka na kababaeng tao ko daw eh nagda-driver ako. Pinray-over po nya ako.

JC: Wahahaha! Pumayag ka? Ano ginawa mo?

UD: Nakakahiya naman po. Nagmamagandang loob po. Eh di yumuko po.

JC: Hahaha! Gusto mo bang pray over din kita?

UD: Po…

JC: Joke! Ikukwento na lang kita para maging inspirasyon ka ng mga babaeng hiwalay sa asawa, nagugulpi at nawalan ng trabaho. Payag ka?

UD: Sige po! Salamat!

JC: Maganda ka teh, mula loob hanggang labas. Buti na lang for the boys ako! Mabuhay ka!

Source link: http://manila.coconuts.co/2015/06/11/kwentaxi-juana-c-uber-ganda-babae

Mae Paner
18 hrs · Coconuts · 🏛

Meet Jaycee Carreon! Dahil sa Kwentaxi article, may job interview sya next week. Woohoo! At may mga tumatawag sa kanya para sa kanyang istorya! Bukod pa sa umaandar na ang isinampa nyang kaso sa ama ng anak nya. Big change! Mabuhay ka Jaycee!

Kwentaxi by Juana C: Uber ganda babae!

Got a tip? Send it to us at manila@coconuts.co. On this series, social activist Juana Change rides a taxi and talks to drivers about life and living in Metro Manila. This week, she orders an Uber car and is picked up by an single mother who is driving in between jobs. Juana

MANILA.COCONUTS.CO

Like · Comment · Share

👍 Rey Soriano and 85 others like this.

↪ 3 shares

 Mae Paner JC to another JC! Whapak!
Like · Reply · 👍 2 · 18 hrs

 Nap Beltran The best for jc
Like · Reply · 👍 1 · 18 hrs

 Jojo Terencio Birthday pala nya tomorrow Mae. What a nice bday gift! Happy bday Jaycee! God bless
Like · Reply · 👍 1 · 17 hrs

 Write a comment...

 Jaycee Carreon ▸ **Mae Paner**
19 hrs · 🌐

Maam Mae maraming salamat po sa inyo. Mula po nung lumabas po yung article nyo, marami pong nagreach out sa akin, para po matulungan ako makahanap ng trabaho. Maraming salamat po talaga. Si Ate po nga po pala kasama po namin tinutulungan po ako ng mga magulang ko hanggang makahanap po ako ng stable job. Maraming maraming salamat po talaga.

Unlike · Comment

👍 You, Mae Paner, Charlie Yu and 31 others like this.